निसर्गप्रेमी

जेन गुडाल

चिंपांझींच्या संरक्षण, संवर्धनाचा ध्यास घेणारी

संजय कळान

Nisargpremi Jen Gudal
© Sanjay Kaptaan, 2024

निसर्गप्रेमी जेन गुडाल
© संजय कप्तान, २०२४

प्रथम आवृत्ती	:	मार्च २०२४
प्रकाशक	:	सकाळ मीडिया प्रा. लि.
		५९५, बुधवार पेठ, पुणे ४११ ००२
मुखपृष्ठ आणि मांडणी	:	मधुमिता शिंदे
अक्षरजुळणी आणि मुद्रितशोधन	:	अश्विनी महाजन
मुद्रणस्थळ	:	विकास प्रिंटिंग ऑण्ड कॅरिअर्स प्रा. लि.
		प्लॉट नं. ३२, एमआयडीसी, सातपूर, नाशिक
ISBN	:	978-81-970578-4-7
संपर्क	:	०२०-२४४० ५६७८ / ८८८८८ ४९०५०
		sakalprakashan@esakal.com

चि. अरुंधती
आणि
चि. सरस्वती
यांना एक वाचनीय भेट

मनोगत

जेन गुडाल यांचे हे चरित्र सादर करताना मला मनस्वी आनंद होत आहे. सातत्य, परिश्रम, जिद्द आणि कठोर ध्येयनिष्ठा यांच्या साहाय्याने एखादी व्यक्ती आपल्या ध्येयाप्रत कशी पोहोचू शकते, याचे हे मूर्तिमंत उदाहरण आहे. स्त्री-पुरुष हा कृत्रिम आणि मानवनिर्मित भेद किती तकलादू आहे, याची जाणीव जेनने आपल्या कर्तृत्वाने सर्वांनाच करून दिली आहे.

जेन गुडाल या एका सामान्य परिस्थितीत वाढलेल्या इंग्लिश तरुणीला एक जगावेगळे, पण खूप मोठे स्वप्न पडले होते; ५००० मैल दूर असणाऱ्या केनिया नावाच्या आफ्रिकन देशात जाऊन चिंपांझींचा अभ्यास करण्याचे! त्या काळात अशा स्वप्नाला कोणीही निव्वळ वेडेपणाचेच नाव दिले असते. पण 'वेडी माणसेच इतिहास घडवतात' हे जेनने आपल्या कर्तृत्वाने आणि अथक परिश्रमाने सिद्ध केले.

सीमित शिक्षण, औपचारिक संशोधनाचा अनुभव नाही, भाषा आणि संस्कृती यांच्या मर्यादा आणि त्यावर ताण म्हणजे अबला– स्त्रीत्वाचा शिक्का; या सर्वांवर मात करून आपल्या उराशी जपलेल्या त्या अवघड ध्येयाचा पाठलाग करणारी जेन ही नंतर अनेकांचा आदर्श झाली.

ज्या हेतूने तिने हे असिधाराव्रत अंगीकारले होते, त्यात तिचा तिळमात्रदेखील स्वार्थ नव्हता. माणसांप्रमाणेच प्राण्यांना सन्मानाने आणि पूर्ण स्वातंत्र्याने जगण्याचा

अधिकार आहे. वनात राहणाऱ्या निरपराध प्राण्यांची हत्या करणारे पशुवत वृत्तीचे मानव कुठल्या माणुसकीच्या गप्पा करतात, याचे तिला नवल वाटत होते.

चिंपांझींचे अज्ञात विश्व आणि त्यांचे स्वच्छंदी आयुष्य यावर तिने पहिल्यांदाच प्रकाश टाकला. चिंपांझींच्या संरक्षण, संवर्धन आणि संगोपन यासाठी तिने पुढाकार घेतला. केवळ केनिया आणि टांझानियाच नव्हे; तर साऱ्या आफ्रिका आणि खरे तर जगभरच चिंपांझींबाबत तिने जागरूकता निर्माण केली. त्यासाठी संशोधन व अभ्यासकेंद्राची निर्मिती केली.

वन्यजीवाबाबत आत्मीयता आणि कळवळा निर्माण करण्याचे, निसर्गस्नेही मानव निर्माण करण्याचे एक मोठे कार्य तिने हाती घेतले आणि आपल्या अथक परिश्रमाने पूर्णत्वास नेले. त्याचा तिच्या देशबांधवांनाच नव्हे, तर साऱ्या जगालाच अभिमान आहे. पर्यावरण रक्षण, संवर्धन आणि वनसंवर्धन यासाठी तिने अनेक उपक्रम, चळवळी आणि ग्रंथलेखन केले. जेनचे हे सर्वच कार्य विलक्षण थक्क करणारे आहे.

ज्या क्षणी यशाची कोणतीही आशा नव्हती, कार्यसिद्धीची कोणतीही चिन्हे नव्हती, निराशा, अवमान आणि उपहास यांनी सर्व भवितव्य अंधारले होते, अशा प्रतिकूल परिस्थितीत जेनने न्यूनगंड येऊ न देता केलेली कामगिरी खरोखरच विस्मयकारक आहे!

आदर्शाचा आणि स्फूर्तींचा स्रोत असणाऱ्या या थोर विदुषीचे हे अल्पस्वल्प चरित्र लिहिण्याची संधी मला प्राप्त झाली, याला मी परमेश्वराचा कृपाप्रसादच मानतो. जेनच्या या स्फूर्तिदायक चरित्राद्वारे इतरांनादेखील काहीतरी नवे व चांगले करण्याची प्रेरणा प्राप्त व्हावी हीच अपेक्षा; तरच हा लेखनप्रपंच सफल झाला, असे मानता येईल.

– संजय कळमान

अनुक्रमणिका

■ मागे वळून पाहताना…   ९

■ नियतीचे अपत्य   १३

■ बीज अंकुरले…   २३

■ नवे क्षितिज   ३२

■ केनियाला प्रस्थान   ३६

■ आयुष्याला कलाटणी   ४२

■ नवे वळण - नवे पर्व   ४८

■ चिंपांझीचे अनोखे विश्व   ५५

■ गोम्बेचे अनोखे जग   ६५

■ नवी साहसे, नवी आव्हाने   ७५

■ संशोधनाचे पुढचे पाऊल   ८२

■ यशाची शिखरे आणि दु:खाचे डोंगर — ९२

■ प्राणिजीवनाची कैवारी आणि संरक्षक — १०२

■ लेखन, प्रकाशन व प्रसिद्धी — ११०

■ जेन : एक तेजस्वी प्रेरणादायी व्यक्तिमत्त्व — ११८

■ जेनने आपल्याला काय दिले? — १२२

■ निसर्ग आणि मानव — १२४

■ चिंपांझींविषयी थोडेसे… — १२७

■ आफ्रिका, केनिया आणि टांझानिया — १३१

■ जेन गुडाल यांना मिळालेले पुरस्कार — १३३

मागे वळून पाहताना...

काळाचा, परिस्थितीचा आणि परिसराचा मानवी मनावर आणि मानवी आयुष्याच्या जडणघडणीवर परिणाम होतो का? याचे उत्तर बहुधा 'होय' असेच द्यावे लागेल. ज्या वातावरणात, परिसरात, कुटुंबात आणि मित्रमैत्रिणींसोबत आपण वावरतो-हसतो-खेळतो-बागडतो, त्यांच्या सवयी, आवडीनिवडी, रुची आणि विचारसरणी या सर्वांचा प्रत्येकावरच कळत-नकळत प्रभाव पडतो. मानवी मन विलक्षण गुंतागुंतीचे आहे. अनेक प्रकारचे विचार, संस्कार, मतमतांतरे या सर्वांना ते ऐकते, समजते, प्रतिसाद देते आणि बरेचदा स्वीकारतेसुद्धा!

लहानपणी आपण जे पाहतो, ऐकतो आणि ज्या गोष्टींबरोबर समरस होतो, त्यातील अनेक गोष्टी अखेरपर्यंत आपल्या मनावर राज्य करतात. आपले विचार व आचरण यांना वळण देतात.

इंग्लंडसारख्या समृद्ध, संपन्न आणि जगावर राज्य करणाऱ्या साम्राज्यात या सर्वच गोष्टींचा प्रभाव किती वेगळ्या प्रकारे होत असेल?

विसाव्या शतकाच्या प्रारंभीचे ग्रेट ब्रिटन हे काही सामान्य राष्ट्र नव्हते. 'ज्या देशाच्या सीमांवर आणि साम्राज्यावर सूर्य कधीच मावळत नाही,' असे अभिमानाने सांगणारे ते एक अवाढव्य साम्राज्य होते. एका बाजूला वेस्ट इंडिज बेटे, तर दुसरीकडे न्यूझिलंड, ऑस्ट्रेलिया, भारत आणि अर्धा आफ्रिका व आशिया या साम्राज्याचा एक अविभाज्य भाग होता.

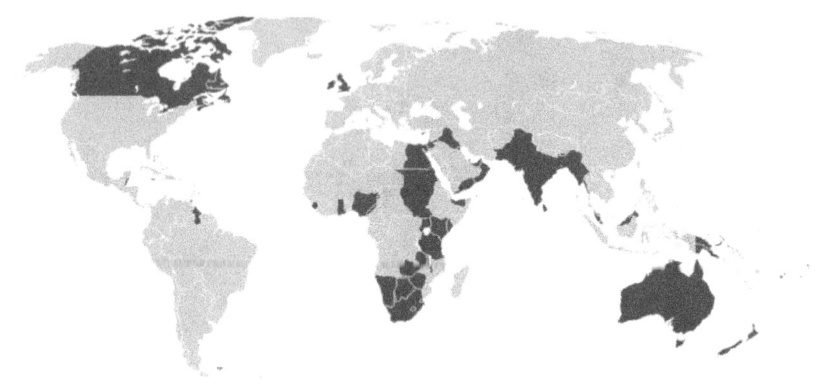

ब्रिटिश साम्राज्य

विसावे शतक सुरू झाले तेच मुळात एका वेगळ्या नव्या युगाकडे जाण्याच्या हेतूने! 'बोअर युद्ध' म्हणून प्रसिद्ध असणारे दक्षिण आफ्रिकेतील इंग्लंडचे युद्ध संपुष्टात आले होते. अफगाणिस्तानातील इंग्लिश चकमकीसुद्धा आता पूर्णपणे थंडावल्या होत्या.

युनियन जॅक नावाने प्रसिद्ध असणारा इंग्लिश ध्वज सर्वत्र दिमाखात फडकत होता. 'व्हिक्टोरियन युग नावाचे परंपराप्रधान व अत्यंत रूढिप्रिय विचारसरणीच्या ब्रिटिश समाजरचनेला अलविदा,' असे म्हणून इंग्लिश समाजाने नव्या जगाकडे, नव्या युगाकडे आशेने बघायला सुरुवात केली होती. विविध प्रकारचे सामाजिक व आर्थिक बदल आता झपाट्याने होणार होते.

यापूर्वींच आगगाडीने 'गती' या शब्दाला 'वेग' दिला होता; तर मोटारगाड्यांनी परंपरागत पद्धतीने दिमाखाने रस्त्यांवर भरधाव धावणाऱ्या घोडागाड्यांना विराम द्यायला सुरुवात केली होती. हॉर्सपॉवर हा शब्द आता घोड्याऐवजी गाड्यांसाठी वापरला जाणार होता. जगाच्या एक-तृतीयांश भागावर साम्राज्याचा ध्वज फडकवणाऱ्या इंग्लंडला हे सर्वच बदल एखाद्या अक्रीतासारखे वाटत होते. तंत्रज्ञान हे युगाचा स्वामी बनू पाहत होता आणि विज्ञान हीच त्याची गृहदेवता झाली होती.

या काळात इंग्लंड अनेकविध सामाजिक व आर्थिक परिवर्तनाचा साक्षीदार होणार होता. सामंतशाही, राजेशाही व उमरावांचे युग मागे जाऊन त्याची जागा कल्याणकारी लोकशाही व समाजहिताला मध्यवर्ती मानणारी शासनयंत्रणा घेत होती.

१९०५ ते १९१४ हे दशकच मुळात परिवर्तनकारी होते. जपानने रशिया व चीन या देशांचा पराभव केला. नवीन महासत्ता उदयास येत होत्या. अमेरिका व जपानच्या

वाढत्या महत्त्वाबरोबरच बिस्मार्कंचा उत्तराधिकारी विल्यम कैसर जर्मनीला जगाचा स्वामी बनवण्याची स्वप्ने पाहत होता. परिणामी, इंग्रजांच्या साम्राज्याला हळूहळू तडे जाऊ लागले होते.

१९१४मध्ये पहिल्या महायुद्धाच्या छायेत सारे जग उभे होते. बाल्कन राष्ट्रातील संघर्षाने साऱ्या जगाला भयचकित केले. त्यातूनच इंग्लंड व जर्मनी यांच्यामध्ये एका मोठ्या महायुद्धाला प्रारंभ झाला. हे युद्ध अत्यंत विनाशकारी होते. प्रलयंकारी विनाश आणि प्रचंड जीवितहानी करणाऱ्या या युद्धाने इंग्लंडला विजय मिळवून दिला खरा; परंतु या महायुद्धासोबतच ब्रिटिश साम्राज्याची जगावरची जबरदस्त पकड खिळखिळी होऊ लागली. इंग्लंडचा दबदबा, सामर्थ्य आणि साधनसंपत्ती यांना ओहोटी लागली.

युद्ध संपले. पडझड झालेल्या देशांची पुनर्बांधणी सुरू झाली, परंतु ही पुनर्रचना पूर्ण होण्याआधीच पुन्हा एकदा आर्थिक विपदांना आणि वेगवेगळ्या संकटांना तोंड देण्याचा काळ सुरू झाला. युद्धाचे नगारे थंडावले आणि रशियात क्रांतीचा पडघम वाजू लागला. साम्राज्यवादाचा शेवट जवळ आला आहे, समाजवादाचे युग अवतरणार आहे, असे सांगणारा सोविएत रशिया उदयास आला. इंग्लिश समाजाच्या मानसिकतेवर, विचारसरणीवर आणि कार्यपद्धतीवर याचा प्रभाव होणे अपरिहार्य होते.

नव्या युगाच्या रचनेला प्रारंभ झाला. त्यात ब्रिटनला महत्त्वाचे स्थान होते, पण त्याचे पूर्वींचे सम्राटपद लयाला गेले होते. अमेरिका नावाची नवी महाशक्ती जगावर राज्य करण्यासाठी सज्ज होती. याच काळात एका नव्या आर्थिक अरिष्टाचे आव्हान निर्माण झाले. पहिल्यांदाच जगाला या रक्तविरहित महायुद्धाला सामोरे जावे लागले. सर्वच युरोपीय राष्ट्रे आणि अमेरिका या नव्या भयावह आर्थिक संकटाला सामोरे गेले. हा एक नव्या प्रकारचा शत्रू होता. युद्धात शत्रू किमान समोर असतो. त्याला आपण पाहू शकतो व त्यावर आघातही करू शकतो, त्याच्या हालचाली टिपून त्यावर मात करता येते. युद्ध हे केवळ सीमेवरच लढले जाते; परंतु या नव्या आर्थिक युद्धाचे स्वरूपच वेगळे होते. जागतिक महामंदी नावाचा हा शत्रू अगदी भयावह, अधिक व्यापक आणि सर्वभक्षी होता. तो एकाच वेळी अनेक पातळ्यांवर लढणारा, अनेक घटकांना प्रभावित करणारा होता. राजे, सरदार, उमराव, नवश्रीमंतांची सारी संपत्ती तो ओरबाडून घेत होता. गरीब, श्रमिक व कामगारांची रोजीरोटी व श्रमाची मजुरी तो गिळंकृत करत होता. मध्यमवर्गाची आयुष्यभराची पुंजी त्याने क्षणार्धात हडप केली. शेती, सर्व उद्योग-व्यवसाय, व्यापार-उदीम यांना त्याने संपुष्टात आणले. विकासाचे व प्रगतीचे

चक्र थांबले. जगाची व अर्थरचनेची वेगवान गती अचानक मंदावली आणि महामंदीने जग बदलले.

या सर्व अरिष्टांनी आणि आपदांनी ब्रिटन अस्वस्थ झाले. निराशेच्या आणि भयाच्या अनामिक छायांनी त्याला पूर्णपणे झाकोळून टाकले.

या विलक्षण सुन्न आणि हताश करणाऱ्या पार्श्वभूमीवरदेखील

इंग्लंड स्वतःला सावरत होते...

केंब्रिज आणि ऑक्सफर्डमधील ज्ञानसाधना चालू होती...

राजकीय व्यूहरचनेची आणि चातुर्याच्या नव्या डावपेचांची आखणी होतच होती...

क्रीडा, मनोरंजन चित्रपटांच्या नव्या रिळांची, नव्या पटकथांची मांडणी होत होती...

रेसकोर्सवरील घोडे दौडत होते...

गोल्फ आणि रग्बीच्या मैदानांवर अजूनही गप्पा, विनोद व पैजांची झड लागत होती...

क्रिकेटचे सामने आणि फूटबॉल व टेनिसच्या द्वंद्वयुद्धांना ओहोटी लागली नव्हती...

इंग्लंडची उमेद, आशा आणि आत्मभान जागे होते...

नव्या युगाकडे ते आशेने डोळे लावून पाहत होते...

नवनवोन्मेष व कल्पनांची भरारी घेणारे वैज्ञानिक व तंत्रज्ञ येथे अजूनही प्रयोग, चिंतन व विचारमंथन करत होते... त्याच काळातील ही गोष्ट आहे.

●●●

नियतीचे अपत्य

१

इंग्लिश समाज हा पुढील तीन गोष्टींसाठी प्रसिद्ध आहे : परंपराप्रियता, शिल्प आणि देवळांचे प्रेम. क्रिकेट, रग्बी, टेनिस, फूटबॉल, गोल्फ आणि घोड्यांच्या शर्यती यांसारखे खेळ या देशात वर्षभर खेळले जातात.

या आनंदी, सुसंस्कृत देशात राहून छंद, खेळ, विज्ञान व साहित्य यांत रुची निर्माण झाली नाही तरच नवल! पहिल्या महायुद्धाच्या ज्वाला आता थंडावल्याने इंग्लंडमध्ये पुन्हा एकदा आनंदाचे, उत्साहाचे व चैतन्याचे वातावरण नुकतेच सुरू झाले होते. मंदीच्या झळा उद्योग व अर्थव्यवस्थेला तापदायक ठरल्या असल्या, तरी सर्वसामान्य माणूस थोडा सुटकेचा निःश्वास सोडत होता. युरोपातील त्या परंपरागत शांतताप्रिय वातावरणाला रशियन क्रांतीने, तसेच इटली व जर्मनीतील भडकत्या उग्र वातावरणाने अस्वस्थ केले होते. इंग्लंडची शांतता मात्र काही प्रमाणात कायम होती. या वातावरणाच्या पार्श्वभूमीवर लंडन येथे ३ एप्रिल १९३४ रोजी जेन गुडालचा जन्म झाला. त्यानंतर चार वर्षांनी गुडाल जोडप्याला आणखी एक कन्यारत्न प्राप्त झाले, ज्युडी! जेनची आई व्हेन आणि वडील मॉरीस यांना या दोन कन्यारत्नांच्या जन्माचा आनंदच झाला.

जेन जसजशी मोठी होऊ लागली, तसतसा तिच्या आईवडिलांना एका विलक्षण दु:खद प्रसंगाचा सामना करावा लागला. त्यांना जेनच्या एका विलक्षण आजारपणाचा परिचय झाला. त्या आजाराने जेनचे पुढील सारे आयुष्य अनेक अडचणींनी, संकटांनी अत्यंत अवघड होणार होते. तिला या विलक्षण, आव्हानात्मक जगात वावरताना अनेक खडतर प्रसंगांना तोंड द्यावे लागणार, ही

गुडाल कुटुंब: जेन, ज्युडी, वडील मॉरीस आणि आई व्हेने

कल्पनाच त्यांना हतबल करणारी होती. कोणतेही बालक अशा भयावह आजाराने ग्रस्त होऊ नये, असेच त्यांना वाटत होते. जेनला एका विलक्षण आजाराने ग्रासले होते–मनुष्यांच्या चेहऱ्यांच्या विस्मृतीचा रोग! मेंदूच्या विचित्र अवस्थेतून उद्भवणारा हा एक भयावह आजार आहे. त्यामुळे चेहरे व विशिष्ट प्रकारच्या रचना, आकार यांचे विस्मरण (Prospagnosia) होते. मॉरीस यांना या दुर्दैवी आपत्तीचे अत्यंत दु:ख झाले. आपली मुलगी विस्मरणासारख्या भयंकर आजाराने लहानपणापासूनच ग्रस्त आहे, हे कळताच त्यांना मोठा धक्काच बसला. व्हेने आणि मॉरीस यांनी मोठ्या धैर्याने या विलक्षण आपत्तीचा सामना करावयाचे ठरवले. त्यामुळे जेनला आकृत्या आणि माणसांचे चेहरे व नावे लक्षात ठेवण्यात अडचण यायची.

२

मॉरीस गुडाल हे एक विलक्षण व्यक्तिमत्त्व होते. इतर कोणत्याही साधारण इंग्लिश गृहस्थाप्रमाणे त्यांनादेखील खेळ हा आपल्या जीवनाचा अविभाज्य घटक वाटत होता. त्यांचा आवडता खेळ होता मोटारच्या शर्यती (Car Racing)! सुसाट वेगाने धावणाऱ्या मोटारने इतरांवर मात करण्याची आणि त्यात अव्वल स्थान पटकवायची त्यांची महत्त्वाकांक्षा होती.

खरे तर मॉरीस (हर्बर मॉरीस गुडाल) हे पेशाने डबल इंजिनिअर होते. ते एका टेलिफोन कंपनीत केवळ वायर तपासणाऱ्या तंत्रज्ञाचे काम करत होते. परंतु त्यांना आपल्या नोकरीइतकाच कारच्या शर्यतीचा छंद मनापासून प्रिय होता.

छंदिष्ट माणसांची गोष्टच वेगळी असते. त्यांना त्या वेडापायी दुसरे काही सुचत नाही. मॉरीस यांच्याबाबतही तसेच काहीसे झाले. कारच्या शर्यतींचा त्यांचा छंद त्यांना काही सुचू देत नव्हता. अखेर नोकरीला रामराम ठोकून त्यांनी रेसकार ड्रायव्हर व्हायचे ठरवले. छंदातून जीवनाला अधिक गती देण्याचा त्यांचा हा निर्णय विस्मयकारक होता. ते ब्रिटिश ॲस्टल मार्टीन कार रेस चमूचे सदस्य झाले. विविध प्रकारच्या स्पर्धा व शर्यती यांनी त्यांचे जीवन अधिक झपाटलेले होते.

या गतिमान जीवनात त्यांना युरोपातील विविध देशांना भेटी देण्याचा, वेगवेगळ्या देशांतील कार शर्यतीत सहभागी होण्याचा सन्मान प्राप्त झाला. एक अत्यंत कुशल, यशस्वी व निष्णात कार शर्यतीचा स्पर्धक म्हणून त्यांनी लौकिक कमावला. जवळपास दोन दशके त्यांची ही कारकिर्द सफलतेने नवनवीन यशोशिखरे सर करत होती. ल मॅन्स ग्रँड प्री या युरोपातील कार शर्यतीत सलग दहा वेळा त्यांनी यश प्राप्त केले. असा विक्रम करणारे त्या काळातील ते एकमेव इंग्लिश खेळाडू होते.

श्रीयुत गुडाल यांचे सारे विश्व गती, स्पर्धा, आवाज आणि घोडे यांनी परिपूर्ण होते. त्यात शांततेला आणि हळुवारपणाला कोणतेही स्थान नव्हते. त्याच वेळी जेनचे नवे जग आकार घेत होते. त्यात शांतता, सहजता आणि आनंद होता. अंतर्मुखता होती.

जेन केवळ १८ महिन्यांची असल्यापासूनच तिला निसर्गाचे आणि परिसरातील विविध जीवनप्रकारांचे आकर्षण होते. जेनच्या आयुष्याला खरे वळण तिच्या बालपणीच मिळाले; ते काही महत्त्वपूर्ण आणि कायम परिणाम करणाऱ्या घटनांमुळे!

व्हेने गुडालला आपल्या लाडक्या कन्येबाबत विलक्षण ममत्व होते. तिच्या आजारामुळे त्या थोड्या चिंतित होत्या. त्यामुळे तिला विरंगुळा मिळावा, तिने परिसरातील व निसर्गातील विविध आविष्कार पाहावेत, त्यातून तिला वेगवेगळ्या आकृत्या, रंग, आकार, विविधता यांचा परिचय व्हावा, असे त्यांना वाटे.

यासाठी व्हेने त्या लहानग्या मुलीला वेगवेगळ्या बगिचांमध्ये, प्राणिसंग्रहालयांमध्ये फिरायला घेऊन जात. अशा वेळी आपल्या परिसरातील वेगवेगळे प्राणी, त्यांचे आकार, हावभाव आणि प्रतिसाद पाहून जेन हरखून जात असे. फुलांचे वेगवेगळे रंग, गंध, झाडां-पानांची हळुवार होणारी हालचाल, त्यांच्या वेगवेगळ्या रचना जेनला मंत्रमुग्ध करत. ती तासन् तास त्याकडे एकटक पाहत राही.

गुडाल यांच्या परसदारीदेखील एक छोटासा बगिचा होता. त्यात दोन वर्षांची जेन स्वतःला रमवत असे. कीटक, लहानगे प्राणी, माश्या आणि फुले-पाने हेच तिचे खरे सखेसोबती होते. त्यांच्याकडे बघत राहणे, त्यांना पाहून स्वतःशी बडबडणे हा जेनचा अत्यंत आवडता छंद होता. मोठे झाल्यावर जेनने लहानपणीचा हा काळ व अनुभव आपल्या आयुष्याला वळण देणारा व मनावर खोल संस्कार करणारा सर्वांत मोठा भाग आहे, असे विनप्रणे नमूद केले आहे.

आपल्या परसदारातील लाल रंगाचे छोटे गांडूळ आणि इतर कीटक यांना उचलून घेणे, त्यांना पाहून अनेकविध कल्पना करणे हा तिचा आवडता छंद होता. जेन कधी ते कीटक गोळा करून त्यांना आगपेटीत, तर कधी आपल्या बिछान्यावर वा उशीखाली ठेवत असे.

तिच्या या खोड्यांनी नाराज न होता, व्हेने तिला प्रेमाने सांगत, की 'या लहानग्या कीटकांनासुद्धा जगायचे असते. त्यांना त्यांच्या पद्धतीने जगू दे!... त्यांना त्रास देऊ नको!... त्यांना इथे ठेवले तर ते मरतील! त्यांना त्यांच्या नैसर्गिक वातावरणात ठेवणेच अधिक योग्य!' आता तिला सहजीवनाचा पहिला पाठ शिकायचा होता. आपल्या कन्येला निसर्ग आणि लहानगे कीटक यांमध्ये इतर मुलांच्या तुलनेत अधिक रुची आहे एव्हाना हे व्हेने यांच्या लक्षात आले. परिसरातील लहान-मोठ्या प्राण्यांना निरखणे, त्यांचे सतत निरीक्षण करणे, खिडकीतून सहजपणे दिसणाऱ्या झाडांकडे, त्यांच्या चित्रविचित्र आकारांकडे गमतीने पाहत राहणे, हा तिचा अत्यंत आवडता छंद होता. तिच्या आईने या छंदाला मनापासून प्रोत्साहन दिले.

आपल्या लेकीला शांतपणा, एकांतवास प्रिय असून स्थिरपणे विचार करण्याची सवय आहे, हे व्हेनेच्या लक्षात आले. त्या तिला सोबत घेऊन दररोज परसबागेत बराच वेळ बसत असत. तिने खरोखरच जेनची निसर्गाशी मैत्री करून दिली. मंदपणे अंगावर येणारा पिवळा सूर्यप्रकाश, हळुवार येणाऱ्या वाऱ्याची झुळूक आणि लालसर रंगाची माती या सर्वांचे जेनला आकर्षण होते. लंडनमधील अनेक बगिचे आणि

जेन, तिचे प्राणिप्रेम

प्राणिसंग्रहालये यांना भेटी देणे हा त्या दोघींचा एक आवडता छंद झाला. लंडनच्या केंब्रिजमधील त्यांचे घर खरे तर एक निसर्गाची पाठशाळाच झाली. जेनच्या शब्दांत,

I was lucky enough to be provided with a mother-wise enough to nurture and encourage my love of living things and my passion for knowledge.

बगिच्यात बागडताना जेनला झाडे, वेली, प्राणी यांचे आकर्षण होते.

लहानपणी एकदा जेनने आपल्या घरात अनेक लहान-लहान कृमी आणले. ते लाल रंगाचे लहान-लहान, सुळसुळणारे कीटक पाहून जेनच्या दाईला भीतीच वाटली. त्या किळसवाण्या, वळवळणाऱ्या जिवाणूंना फेकून द्या, असे ती रागाने म्हणत होती. पण जेनने ते आपल्या उशीखाली दडवून ठेवले. मग तिची आई तिला म्हणाली, "जेन, ते कीटक अत्यंत लहान आहेत. जर तू त्यांना असे बंदिस्त केले तर ते मरतील. त्यांचा जीव जाईल." जेनने त्यांना सोडून दिले. परंतु आपल्या लहानग्या मुलीला निसर्गाविषयी आणि प्राणिजगताविषयी असणारी असाधारण रुची त्या माउलीच्या लक्षात आली. आपली कन्या अत्यंत गंभीरपणे आणि परिपक्वपणे निसर्गाकडे पाहते, हे तिला कळले.

हे सारे जग आत्मकेंद्रित आहे. त्यात क्रौर्य, स्वार्थ, असूया, द्वेष या भावना ठायीठायी आढळतात. या जगाचे हे कठोर वास्तव आपल्या मुलांना कळले पाहिजे, हे व्हेनेबाईंच्या लक्षात आले. व्हेनेचे निसर्गावर कितीही प्रेम असले, तरी सर्वच लोक निसर्गावर आणि इतर प्राणी-पक्ष्यांवर प्रेम करतात असे नाही. निसर्ग आणि मानव एकोप्याने, गुण्यागोविंदाने नांदत नाहीत, हे कठोर वास्तव तिने आपल्या मुलीच्या लक्षात आणून देण्याचे ठरवले.

एकदा एक मनुष्य एका फुलपाखराला चिरडून टाकतोय, असे जेनला दिसले. तिला खूप वाईट वाटले. ती एकदम किंचाळली. तिची आई मात्र तिला म्हणाली, 'बेटा, हेच वास्तव आहे.'

मला त्या गोष्टीची भीती वाटली नाही, पण क्रौर्याचा तो अमानुष प्रकार पाहून शिसारी आली, असे जेनने नंतर नमूद करून ठेवले आहे.

३

१९३६ साल उजाडले. जेन अवघ्या दोन वर्षांची होती. लंडनसारख्या जगावेगळ्या, सतत नवीन काहीतरी घडत राहणाऱ्या शहरात ती राहत होती. दररोज आगळेवेगळे बदल व अद्भुत घटना त्या शहरात होत होत्या. अशीच एक अद्भुत घटना त्या वर्षी लंडनच्या प्राणिसंग्रहालयात घडली. आजपर्यंत कोणत्याही प्राणिसंग्रहालयात चिंपांझीचे

बाळ जन्माला आले नव्हते; परंतु ती अतर्क्य घटना घडताच सर्वांचे त्याकडे लक्ष वेधले गेले. वर्तमानपत्रातून त्या बाळाची वेगवेगळी छायाचित्रे प्रकाशित झाली. अर्थात, त्याची चर्चा गुडाल कुटुंबातही झालीच. त्या छोट्या चिंपांझीचे नाव ठेवण्यात आले–ज्युबिली!

उत्साहाने आणि कुतूहलाने भारावलेले गुडाल कुटुंबीय त्या बाळाला पाहण्यासाठी तिथे गेले. आणि मग एक खेळण्यातला छोटासा चिंपांझीदेखील घरी आला. उत्साहाच्या भरात व्हेने यांनी घेतलेला तो चिंपांझी जेनला फारच आवडला.

जेन छोट्या चिंपांझी ज्युबिलीबरोबर

त्याला घेऊन फिरणे, त्याला भरवणे, त्याला उशाशी घेऊन झोपणे, हा जेनचा दिनक्रम झाला. तिच्याकरिता तो सर्व काही होता. खरे तर त्या बेढब व थोड्याशा विचित्र वाटणाऱ्या खेळण्याकडे पाहून शेजारच्या लोकांनी नाकेच मुरडली, पण व्हेने आणि जेनला त्याची पर्वा नव्हती.

दिवस वेगाने बदलत होते. काळ सतत पुढे सरकत होता. १९३९मध्ये मॉरीस यांचे रेसचे आकर्षण अगदी परमोच्च बिंदूवर पोहोचले होते. त्यातच त्यांना त्यांचे उज्ज्वल भविष्य दिसत होते. त्या वेळी फ्रान्स हे कार रेसेसचे मुख्य केंद्र होते. मग काय; गुडाल महोदयांनी फ्रान्सला जाण्याचा निर्धार केला आणि गुडाल कुटुंबीयांनी फ्रान्सकडे कूच केले. आपल्या मुलींनी फ्रेंच भाषा, संस्कृती व शिष्टाचार शिकावेत, तिथेच मोठे व्हावे असा त्यांचा मनोदय होता. पण नियती काही माणसाच्या इच्छेनुसार चालत नाही. नियतीच्या मनात करस होते, याचा पूर्ण गुडालसाहेबांना अंदाज आला नाही. अवघ्या चार महिन्यांतच–सप्टेंबर १९३९मध्ये–दुसऱ्या महायुद्धाला सुरुवात झाली. रेस आणि शर्यतीचे जग नियतीच्या एका फटक्यात दूर गेले. सर्व स्वप्ने भंगली. आणि मग पुन्हा गुडाल कुटुंबीयांची इंग्लंडकडे वाटचाल सुरू झाली.

४

जून १९४०मध्ये जर्मनीने फ्रान्सवर चढाई केली. त्यांच्या पँथर तुकड्यांच्या जोरदार हल्ल्यापुढे फ्रान्सची मेंजीनो तटबंदी पत्त्याच्या बंगल्यासारखी कोसळून पडली. साऱ्या जगाला हा एक मोठा धक्काच होता. फ्रान्ससारख्या बलाढ्य देशाचा पराभव पाहून तेथील नागरिकांमध्ये पळापळ सुरू झाली. गुडाल मंडळींनीदेखील पुन्हा इंग्लंडमध्ये आसरा घेतला. केंट परगण्यातील आपल्या वडिलोपार्जित घरात राहण्याचा त्यांनी निर्णय घेतला.

केंट परगण्यातील ते घर म्हणजे एक जादुई महाल... एक ऐतिहासिक वाडाच होता. ते मोठे विशाल घर, त्याच्या आजूबाजूचा रम्य परिसर या सर्वच गोष्टी मनोरम होत्या. दूरदूरपर्यंत पसरलेली वनराई, हिरवे-हिरवे गवताचे व लहानमोठ्या झुडपांचे आगार पाहून कोणीही प्रसन्नच झाले असते. सर्वत्र आनंदाने बागडणारी हरणे, ससे आणि बकऱ्यांचे कळप याने कोणाचेही मन मोहून गेले असते. त्यातच त्या वाड्यात बदके आणि कोंबड्यासुद्धा होत्या. त्याच परिसरात असलेला जुना किल्ला म्हणजे या परिकथेला अधिकच रंगतदार करणारा मुकुटमणीच होता. त्या जुन्या घरात विजेचे दिवे नव्हते; तर मिणमिणत्या दिवट्या आणि मेणबत्त्या यांच्या प्रकाशनेच अंधाराशी सामना करावा लागत असे.

अशा त्या सर्वार्थाने परिकथेत शोभणाऱ्या घरात जेनचे बालपण जाणार होते. बकऱ्यां-कोंबड्यांच्या मागे धावत जाणे, त्यांना पकडण्यासाठी दोन्ही हात पुढे करून झेप घेणे या सर्वांत अवर्णनीय असा आनंद होता. त्यातूनच जेनला काही प्रश्न पडत होते. कोंबडी अंडे कसे देते? अर्थात, ते तिला सहजपणे समजणे कठीणच होते.

एकदा ती कोंबडी अंडे कसे देते, हे पाहण्यासाठी कोंबड्यांच्या मागे-मागे दूर निघून गेली. मग जेनचा शोध सुरू झाला... ती सापडेना... काळजी वाढत होती... तिचा पत्ताच लागला नाही... दुपार निघून गेली... संध्याकाळ टळून अंधार पडू लागला तेव्हा ती एका कोंबड्यांच्या खुराड्यापाशी सापडली. सर्वांना वाटले, व्हेनेबाई आता खूप त्राग करतील. पण तसे काही झाले नाही. कारण जेन तिच्या आईला म्हणाली, 'मला आता कळले कोंबडी अंडे कसे देते!' तिच्या आईने मायेने तिला जवळ घेतले. आपली पोर इतरांपेक्षा वेगळी, मनस्वी आणि जिद्दी आहे, हे तिच्या लक्षात आले.

जगभर युद्धाच्या काळ्या ढगांची छाया आता आणखी गडद होऊ लागली होती. इंग्लंड मोठ्या जोमाने आणि आक्रमक स्वरूपात जर्मनीचा सामना करत होता. प्रत्येक नागरिक देशप्रेमाने भारावला होता. जे काही करायचे ते स्वातंत्र्यासाठी, इंग्लंडसाठी, असा निर्धार करून लहानमोठे, तरुण, म्हातारे सर्वच या समरप्रसंगात सामील झाले.

मॉरीस गुडाल यांनीसुद्धा या प्रसंगी युद्धात सहभागी होण्याचा निर्णय घेतला. ते इंग्लिश सैन्यात सामील झाले. प्रथम त्यांनी युरोपात आणि नंतर पॅसिफिक समुद्राच्या वेगवेगळ्या किनाऱ्यांवर आपली सेवा दिली.

हर्बर मॉरीस गुडाल सैन्यात रुजू झाल्यावर व्हेनेबाईंनीदेखील आपला तळ केंटमधून हलवला. त्यांनी बार्नमाउथ येथे राहण्याचे ठरवले. इंग्लिश खाडीपासून जवळ असणाऱ्या एका जुन्या घरात त्या राहू लागल्या. त्या काळात जेनला बऱ्याच गोष्टी शिकायला मिळाल्या. त्या लाल विटांच्या जुन्या रंगीत घराचा आकार बराच मोठा होता. तिथे फिरायला जायला बरीच जागा होती. वातावरणसुद्धा शांत होते. याचा लाभ जेनला झाला, यात नवल नाही. तिथे तिच्या बालपणाचा रम्य काळ मजेत गेला. जेनचा मामा डॉक्टर होता. सुट्टीच्या दिवशी तो व्हेनेच्या घरी येत असे. त्या धामधुमीच्या युद्धकाळात सर्वत्र अशांतता व अस्वस्थता होती. बाँबहल्ले आणि आक्रमण यामुळे लोक बेघर होत होते. त्यांच्या मदतीसाठी जेनच्या आजीने आपल्या विशाल घराचा काही भाग मोकळा केला. निराधार व निराश्रित महिला तिथे वस्तीला असत.

त्या घराचा परिसर फार मनोरम होता. बगिचे, झाडेझुडपे आणि लहान-लहान प्राण्यांची तिथे मुक्त वस्ती होती. शांतता आणि विरळ जनसंख्या यामुळे कोणताही उपसर्ग नव्हता. जेनला ते वातावरण मनापासून आवडले. ती दररोज आसपासच्या ठिकाणांना भेट द्यायची. ससे, खारी, कासव, मांजरी, घुशीसारखे मोठे उंदीर, पिवळ्या रंगाचे मंजूळ आवाज करणारे पक्षी या सर्वांनी जेनचे आयुष्य फारच रंगतदार झाले होते. त्या वेगवेगळ्या पशुपक्ष्यांशी बोलायला, त्यांचे निरीक्षण करायला तिला फार आवडत होते. ती बरेचदा त्या सर्व निसर्गचित्राकडे टक लावून बघत असे. मग त्यावर विचार करत आपला वेळ आनंदाने घालवत असे. तिला त्यातून वेगवेगळ्या कल्पना सुचत, विविध प्रकारच्या गोष्टी ती आपल्या मनानेच रचत असे.

बीज अंकुरले...

१

जेन आठ वर्षांची होईपर्यंत निसर्गप्रेमाने तिला पूर्णपणे भारावून टाकले होते. तिचा एकमेव मित्र, सखा आणि मार्गदर्शक होता तो म्हणजे निसर्ग! आपल्या परिसरातील विविध पशू, पक्षी, प्राणी व झाडे यांचे निरीक्षण करणे हा तिचा आवडता छंद होता. ती निसर्गाचे वाचन-मनन करत हळूहळू त्याला समजून घेत होती. निसर्गप्रेम हाच तिच्या आवडीचा एकमेव छंद होता. वेगवेगळ्या प्राण्यांची, कीटकांची रेखाटने काढणे, त्यांच्याबाबत लिखाण करणे, त्यांना समजून घेणे हाच तिचा ध्यास होता.

१९४२मध्ये एक आगळीवेगळी गोष्ट घडली. तिला एक पुस्तक वाचायला मिळाले.

त्याचे शीर्षक होते– *The Story of Doctor Dolittle*. ही गोष्ट एका अद्भुत आणि प्रेमळ डॉक्टरबाबत होती. त्याला प्राण्यांची भाषा येते आणि तो त्यांच्याशी संवाद साधू शकतो. ही गोष्ट जेनला फारच भावली. तिने ती गोष्ट कितीतरी वेळा वाचली तरी तिचे समाधान झाले नाही. त्यातील डॉ. डुलिटिलप्रमाणे आपणदेखील आफ्रिकेत जायचे आणि प्राण्यांशी संवाद साधायचा असे तिच्या मनाने घेतले, ते याच काळात!

त्याच काळात तिच्या आईने तिला रंगीत चित्रकथेचे पुस्तक वाचायला दिले. ते कॉमिक बुक एका महानायकाबद्दल होते. जंगलचा राजा, साहसी धाडसी युवक

'याऽऽऽहू' असे म्हणत झाडाच्या एका फांदीवरून दुसऱ्या फांदीवर लीलया उड्या मारणारा – टारझान! आफ्रिकेच्या जंगलाचा राजा – टारझान! लॉर्ड ग्रेस्टाक टारझन. जेन त्या पुस्तकाच्या प्रेमातच पडली. एका साहसी नवयुवकाची ती आफ्रिकन साहसी कहाणी तिला वेगवेगळ्या प्रकारे मोहित करत होती. असे साहस आपणदेखील करावे असे तिला

जेन गुडाल तिची आई व्हेनेसोबत

वाटत होते. नंतर टारझन कॉमिक्सची तिने वारंवार पारायणे केली. त्यातील टारझन आपणच आहोत असे तिला वाटत होते. त्यातून तिची आफ्रिकेत जाण्याची इच्छा अधिकच तीव्र झाली.

त्यानंतर अनेक उत्तम प्राणिकथा तिच्या वाचनात आल्या. *द कॉल ऑफ द वाइल्ड* ही अप्रतिम गोष्ट तिच्या मनावर फार परिणाम करून गेली. तर *द विंड इन द विलोज*सारखे पुस्तक तिच्या वाचनाचा भाग झाले.

याच दरम्यान तिला आणखी एक चांगले पुस्तक वाचायला मिळाले. *ॲट द बॅक ऑफ द नॉर्थ विंड* हे पुस्तक तिला खरोखरच एक आगळेवेगळे चित्रण वाटले. एका गरीब मुलाची ती गोष्ट होती. त्याला घोड्याच्या तबेल्यात राहावे लागते. अनन्वित वेदना व त्रास सहन करून, त्यावर मात करून तो आपले जीवन यशस्वी कसे करतो, याची ती कहाणी होती. त्या काळात चालू असणाऱ्या दुसऱ्या महायुद्धाने तिला मानवी वेदना व दुःखाचा परिचय झालाच होता.

सतत चांगली पुस्तके वाचण्याचा छंद हे खरोखरच एक मोठे वरदान आहे. ज्याला बालपणी उत्तम पुस्तके वाचायला मिळतात, तो मनाने व विचाराने समृद्ध होतो. स्वतंत्रपणे विचार करू शकतो आणि नवीन काहीतरी करण्याचे त्याला मनोबल व सामर्थ्य प्राप्त होते.

आता जेनची पुस्तके वाचण्याची भूक वाढतच गेली. विज्ञान आणि प्राणिजीवनविषयक पुस्तके वाचायचा तिने सपाटाच लावला. त्यातूनच प्राण्यांचा अभ्यास करावयाची तिची इच्छा अधिकच तीव्र होत गेली.

याच काळात तिला आणखी एक पुस्तक वाचायला मिळाले. ते पुस्तक तिने भेट म्हणून मिळालेल्या कुपन्सचा वापर करून विकत घेतले होते. पुस्तकाचे नाव होते द *मिरॅकल ऑफ लाईफ.* खरे तर हे पुस्तक तिच्या वयाच्या मुलींकरिता नव्हतेच. कारण ते पुस्तक वैद्यकशास्त्राबाबत आणि त्यातील विविध शोध कसे लागले याबद्दल होते. वैद्यकशास्त्रातील शोधांनी जग कसे बदलले, वेदनामुक्तीसाठी भूल देण्याचे औषध कसे शोधले गेले, याबाबत ते पुस्तक होते. जेनला या पुस्तकाने खूपच प्रभावित केले. विज्ञान व संशोधन यांची महती यातून तिला कळली.

तिने या पुस्तकाचे अक्षरशः पारायण केले. त्यातील दिलेल्या आकृत्यांची चित्रे काढणे हा तिचा अत्यंत आवडता छंद झाला. तिच्या मनातील शास्त्रज्ञ व जिज्ञासू वृत्ती आता अधिकच प्रदिप्त झाली.

२

दुसरे महायुद्ध आता पूर्ण भरात आले होते. सर्वत्र अशांतता, अस्वस्थता आणि धावपळीचे वातावरण होते. संपूर्ण इंग्लंडमध्ये भयाचे आणि संदेहाचे वातावरण पसरले होते. अर्थातच, जेन जिथे राहत होती ते बार्नमाउथ त्याला कसे बरे अपवाद राहील! याचा परिणाम सर्वांच्याच जीवनावर झाला. बरेचदा वाड्यासारखे मोठे चांगले घर सोडून जेन आणि तिच्या कुटुंबीयांना एका छोट्याशा जागेत राहावे लागे. बाँबहल्ल्याचा धोक्याचा इशारा झाला (एअर रेड वॉर्निंग) की त्यातून होणाऱ्या नुकसानापासून बचाव करण्यासाठी त्यांना धावत जाऊन लहानशा जागेत आसरा घेणे भाग पडत असे. 'ऑलवेल'चा संदेश प्राप्त झाल्यावर पुन्हा आपल्या घरी परत यायचे.

सात वर्षांच्या जेनला या अशांत व अस्वस्थ वातावरणाची लवकरच सवय झाली. दररोज युद्धाच्या भयावह कथा व दुःखद वार्ता कानी पडत असत. त्यामुळे 'युद्ध' या शब्दाबाबत तिच्या मनात तिरस्कारच निर्माण झाला होता. १९४४च्या असंख्य बाँबहल्ल्यांत तिच्या घरातले आणि इतर लोक निव्वळ नशिबाने बचावले. त्यातच नाझी अत्याचाराच्या आणि अतिरेकी दुष्टपणाच्या कथा, फोटोग्राफ्स यांनी तिचे मन विद्ध झाले.

दुसरे महायुद्ध संपले १९४५मध्ये; पण त्याचा जेनच्या मनावर अत्यंत दाहक परिणाम झाला. तिला युद्ध व हिंसा या शब्दांबाबत शिसारी होतीच. तिचा जगाकडे पाहण्याचा दृष्टिकोनच आता बदलला. ती आता मानवाकडे सांदेह वृत्तीने पाहू लागली. त्याच वेळी तिला प्राणी, पशू, पक्षी हेच आपले अधिक जवळचे सहकारी, सखेसोबती वाटू लागले. तिने बघितलेले अमानुष मानवी क्रौर्य हे तिच्या प्राणिजगताबाबतच्या ममत्वाचे प्रमुख कारण होते.

३

१९४६मध्ये दुसरे महायुद्ध संपून एका नव्या युगाच्या रचनेला आणि पुनस्थापनेला प्रारंभ झाला. साऱ्या युरोपची राखरांगोळी करणारा तो भयावह काळ संपला होता. परंतु त्या राक्षसी आक्रमणाची छाया सर्वत्र भरून राहिली होती. पुनर्रचना आणि नवनिर्माण सुरू करण्यासाठी सारा युरोप जोमाने कामाला लागला.

त्याच वेळी जेनच्या आयुष्यात एक नवेच वादळ आले. तिच्या वडिलांनी तिच्या आईबरोबरचे संबंध तोडले होते. त्यांनी परस्परसंमतीने घटस्फोट घेतला होता. मात्र, घटस्फोटानंतरही त्यांचे संबंध मैत्रिपूर्ण राहिले. आईच्या घटस्फोटानंतरदेखील जेन वडिलांना भेटत होती. त्यांच्यात पत्रव्यवहार होत होता. त्यानंतर जेन, तिची आई आणि बहिणीसह आपल्या आजोळी राहू लागली.

आता जेनची शाळा सुरू झाली. तिला शाळेचे फारसे आकर्षण नव्हते, ती जणू इष्टापत्तीच ठरली. शाळेत शिकवले जाणारे विषय फारसे आवडत नव्हते; परंतु इंग्लिश साहित्य, इतिहास आणि जीवशास्त्र हे तिचे आवडते विषय होते. ती अभ्यासात फार रुची घेत नसे. मात्र, वाचन आणि चिंतन हे तिचे आवडते छंद होते. ती खूप वाचत असे. तिने अनेक चांगली पुस्तके आपल्या शालेय जीवनात वाचून काढली होती. वाचनाने तिचे मन प्रगल्भ झाले. चौफेर वाचन तिला वेगवेगळ्या विषयांवर विचार करण्यासाठी, वेगवेगळी मते तयार करण्यासाठी प्रवृत्त करत होते. सुट्टीच्या दिवशी खूप वाचन करणे, एखाद्या निसर्गरम्य ठिकाणी भटकणे किंवा कविता करणे हेच तिचे आवडते छंद होते.

स्थानिक परिसरातील जनावरांचा—प्राण्यांचा अभ्यास करणे, त्यांचे निरीक्षण करून वेगवेगळी रेखाटने करणे, हा तिचा सर्वांत आवडता छंद होता. उंदराची वेगवेगळ्या परिस्थितीतील वर्तणूक व प्रतिसाद कसा असतो, खार आपल्या पिल्लांबरोबर आणि इतर प्राण्यांबरोबर कशी वागते, जंगली उंदरासारखा प्राणी आपले दैनंदिन व्यवहार

कसे करतो, यांसारख्या अनेक विषयांवर तिचा अभ्यास नियमितपणे चालू होता.

त्या काळात तिच्या आईची आर्थिक परिस्थिती यथातथाच होती, त्यामुळे शालेय शिक्षण व छंद यासाठी पैसे गोळा करणे कठीण होते. परंतु त्याच वेळी जेनला अश्वारोहणाचा अभ्यास करावयाचा होता. आपल्या शिक्षणाचा भार आपल्या आईवर टाकायचा नाही, असा विचार तिने केला. त्यासाठी तिने घोड्यांची

जेन तिच्या मांजरीचे पिल्लू, फिगारोसोबत, बार्नमाउथमध्ये

निगा राखणे, त्यांना खरारा करणे व तबेला साफ करणे, अशी कामे करून पैसे मिळवायला सुरुवात केली. त्यामुळे तिचा आत्मविश्वास वाढला. आपण काहीतरी करू शकतो, ही भावना वाढीस लागली.

हळूहळू जेनचे शिक्षणात मन रमू लागले. अभ्यास, रेखाटने, निरीक्षणे आणि लेख लिहिणे हे तिचे आवडते छंद होऊ लागले. त्यामुळे तिचे व्यक्तिमत्त्व पूर्णत: विकसित होऊ लागले. तिला आता नव्या जगाचे, नव्या क्षितिजाचे वेध लागले.

अभ्यास, खेळ आणि विविध आवडीच्या ठिकाणी केलेली भटकंती यांत जेनचे मन चांगलेच रमले. आपल्या आईला हातभार लावण्यासाठी ती छोटीमोठी कामे करून थोडे पैसे कमवत होती. तिच्या वयाच्या मानाने ती लवकर परिपक्व व विचारी वृत्तीची झाली होती.

अभ्यासात आणि शाळेतील विविध आव्हानात्मक कामात तिचे मन आता पूर्णपणे रमायला लागले होते. परिणामी, बालपणापासून असणारा तिचा अर्धशिशीचा त्रास कमी झाला. वारंवार दुखणारे डोके आता तिला त्रास देत नव्हते.

आपण काहीतरी वेगळे केले पाहिजे ही भावना तिला आता नवे स्फुरण, नवा उत्साह देत होती. आपण आफ्रिकेला जाऊन प्राण्यांचा, त्यांच्या जीवनशैलीचा अभ्यास करणार, असे एक दिवस तिने आपल्या आईला सांगितले. त्यावर नाराज न होता व्हेनेबाईंनी तिला प्रोत्साहनच दिले. त्यांनी तिचे बोलणे शांतपणे ऐकले आणि म्हणाल्या,

'योग्य वेळ आली की योग्य निर्णय घे!' आणि मग जेनला रोज स्वप्ने पडू लागली आफ्रिकेची– तिच्या नव्या जगाची!

४

जसजसे जेनचे वय वाढत होते, तिच्या आशाआकांक्षांना व कल्पनांना नवे धुमारे फुटत होते. ती आता स्वतःच्याच विश्वात रममाण होत होती. तिला आवडणाऱ्या कल्पना व विचार यांचे एक वेगळे विश्वच तिने तयार केले होते. बरेचदा ती आजीच्या घरातील कोठीघरात किंवा परसदारातील बीच वृक्षाच्या सान्निध्यात आपला वेळ व्यतीत करत असे. तिथे बसून नवनवी पुस्तके वाचणे व विचार करत राहणे हाच तिचा एकमेव छंद होता. त्या बीच वृक्षावर तिचे मनापासून प्रेम होते. तो बीच वृक्ष खूपच विस्तीर्ण व विशाल होता. त्याच्या उंच-उंच फांद्यांवर चढून आसपासचे निसर्गसौंदर्य निरखत बसणे जेनला फार आवडत होते. आपल्याला हा वृक्ष आजीकडून वारसाहक्काने मिळावा असे तिला वाटत असे.

बरेचदा त्या झाडाच्या एकदम वरच्या फांदीवर बसून मजेत गाणे म्हणणे, स्वतःच केलेल्या कविता म्हणणे हासुद्धा तिचा आवडीचा छंद होता. त्या झाडाला मिठी मारून, त्याच्या फांद्यांवर - सालींवर प्रेम करणे, त्यांचा वास घेणे तिला खूप आवडत असे.

१९४९मध्ये जेन १५ वर्षांची झाली. आता तिचे चर्चमध्ये जाणे अत्यंत नियमित झाले. याचे कारण होते, चर्चमध्ये आलेले नवे धर्मोपदेशक रेव्हरंड ट्रेव्हर डेव्हीस. अत्यंत मृदुभाषी, ओजस्वी वाणी आणि लोकांना सहज समजतील अशी उदाहरणे देऊन ईश्वराचा संदेश देणारी प्रवचने हे त्यांचे खरे वैशिष्ट्य होते. रिचमंड हिल चर्चचे हे नवे धर्मोपदेशक लवकरच लोकप्रिय झाले. ते विलक्षण बुद्धिमान आणि जनस्नेही होते. जेनला त्यांच्या भाषणांचे, त्यांच्या विचारांचे सामर्थ्य आणि आवाहन खूप प्रभावी वाटले. ती खरे तर त्यांच्या व्यक्तिमत्त्वाने पूर्णपणे भारावून गेली. चर्चमधील रविवारच्या व्याख्यानाने तिचे समाधान होत नसे. त्यासाठी ती ट्रेव्हर यांना इतर वेळीही भेटत असे. त्यांचे ओजस्वी विचार ऐकण्याची तिची भूक कमी होत नसे. तिने आपल्या आजोबांनी लिहिलेल्या धार्मिक प्रवचनांचा अभ्यास केला. त्यातील विषयांवर ती ट्रेव्हर यांच्याशी मोठ्या हिरिरीने चर्चा करत असे. ट्रेव्हर यांच्या उपदेशांनी व प्रवचनांनी तिचे सर्व जीवनच बदलून गेले. भूतदया, देशसेवा, मानवसेवा व प्राणिमात्रांवर दया हीच ईश्वराची खरी प्रार्थना आहे यावर तिचा ठाम विश्वास होता. तो आता अधिकच दृढ झाला.

फादर ट्रेव्हर यांचा जीवनक्रम पाहून आपणदेखील ईश्वराची सेवा करण्यासाठी खिस्ती धर्मोपदेशक व्हावे, असे तिला मनापासून वाटू लागले. किशोरवयाचे हेच वैशिष्ट्य आहे, की त्याला सतत काहीतरी भव्यदिव्य करायचे स्वप्न पडते. आपण काहीतरी वेगळे केले पाहिजे, आपला जन्म सामान्य जीवन जगण्यासाठी झालेला नाही, असे या वयात वाटतच राहते. ते वयच स्वप्न पाहण्याचे, स्वप्नातच जगण्याचे असते. महत्त्वाकांक्षा, ध्येय आणि स्वप्नवेडेपणा हीच या वयाची खरी ओळख. जेन याला कशी बरे अपवाद असेल?

खिश्चन धर्मविषयक साहित्य वाचणे, धर्मोपदेशकांची चरित्रे व अनुभव वाचणे, हा आता तिचा छंद झाला. त्याच काळात सोविएत रशियात खिश्चन व ज्यू धर्मीयांवरील अत्याचाराच्या, अन्यायाच्या कहाण्या प्रकाशित होत असत. कम्युनिस्ट शासन धर्मविरोधी धोरण राबवत होते. धर्मवादाचा व धार्मिक विचारसरणीचा कोणताही मागमूस राहू नये यासाठी सोविएत सरकार प्रयास करत होते. त्या वेळी रशियात जाऊन धर्मप्रचार करण्याचा व या दमनकारी धोरणाचा विरोध करण्याचा मानस जेनच्या मनात दृढ होत असे. त्यासाठी देहत्याग करावा लागला, अत्याचार सहन करावे लागले, शहीद व्हावे लागले तरी चालेल, असे ती स्वतःला समजावून सांगत होती.

असहाय, दुर्बल आणि पीडित लोकांना तसेच अत्याचार सहन करणाऱ्या निरपराध लोकांना आपण मदत केली पाहिजे, असे तिला वाटत असे. असत्य, अत्याचार, हुकूमशाही व दमनचक्राला विरोध करण्याचा तिचा निर्धार अधिकाधिक पक्का झाला.

आपल्या भावनांवर नियंत्रण ठेवण्यासाठी, मनाला दिलासा देण्यासाठी ती मग शेक्सपिअरची सुनीते, मिल्टन - ब्राउनिंग व किट्स यांच्यासारख्या आवडत्या कवींच्या कविता वाचत असे. पहिल्या महायुद्धाच्या काळातील प्रसिद्ध इंग्लिश कवी विल्फ्रेड ओवेन आणि रूपर्ट क्रुक यांची काव्येसुद्धा तिला मनापासून आवडत.

तरल व संवेदनशील मनाच्या जेनला किशोरवयात कवितालेखनानेही चांगलेच झपाटले होते. आपल्या अंतर्मनात खोलवर दडलेल्या आत्मिक, आध्यात्मिक व मानवतेला श्रेष्ठ मानणाऱ्या भावनांना ती शब्दरूप देत असे. कधी-कधी तिला आपण एक दिवस इंग्लंडची सर्वांत श्रेष्ठ कवयित्री व्हावे, असेही वाटे.

निसर्ग, आध्यात्मिक भावना व प्राणिमात्रांप्रति कणव व करुणा यांचे दर्शन तिच्या काही कवितांमधून अत्यंत उठावदारपणे होई.

The Duch या आपल्या एका कवितेत तिने पुढीलप्रमाणे आपल्या भावना शब्दबद्ध केल्या आहेत :

The lovely dunes
The setting Sun
The dark and I
One spirit moving timelessly
Beneath the sky

हळूहळू तिच्या विचारांमध्ये व चिंतनामध्ये परिपक्वता येत होती. तिच्या आत्मिक विचारांना एक वेगळी बैठक प्राप्त झाली. आपले आध्यात्मिक विश्व केवळ चर्चपुरते सीमित नाही ; त्याला मानवतेचा आणि निसर्गाचा अधिक मोठा आयाम आहे, असे तिला प्रकर्षाने जाणवत होते. तिला निसर्गाबरोबर एकरूप होण्याची, पूर्णतः तादात्म्य पावण्याची इच्छा होत असे. या विश्वात मानवता ही केवळ मनुष्यमात्रांपुरतीच सीमित आहे काय ? दया, प्रेम आणि ममत्व या भावना माणसांइतक्याच प्राण्यांना लागू होत नाहीत का ? माणसाला निसर्गावर मात करण्याचा, त्यावर राज्य करण्याचा आणि आपल्या इच्छा निसर्गावर लादण्याचा अधिकार कोणी दिला, असे प्रश्न तिला पडत असत.

जेनचे हे चिंतन व निसर्गप्रेम तिला कितीही महत्त्वाचे वाटत असले, तरी ती वावरत असलेल्या जगातील चिंता, समस्या या आव्हानांना ती टाळू शकत नव्हती. १९५१मध्ये ती शालान्त परीक्षा पास झाली. ती हुशार होती; पण तिला गुणवत्ता यादीत स्थान मिळाले नाही. तिला काही आवडत्या विषयांत चांगले गुण मिळाले, परंतु या गुणांच्या आधारावर तिला शिष्यवृत्ती मिळणार नव्हती. आर्थिक परिस्थिती यथातथाच असल्याने तिला उच्च शिक्षण सोडावे लागले असते. खूप शिकून, मोठी पदवी प्राप्त करून संशोधन करणे तिला तत्कालीन परिस्थितीत शक्य नव्हते. आर्थिक अडचणी आणि यथातथाच मिळालेले गुण यामुळे तिला आपले शैक्षणिक भवितव्य संपले असेच वाटत होते.

५

साधारण गुणांनी उत्तीर्ण झाल्याने जेन निराश झाली होती. त्याच वेळी तिला तिच्या आत्याबाईंकडून जर्मनीला येण्याचे आमंत्रण मिळाले. जर्मनीतील कोलोन शहराची सहल करावी, आणि काहीतरी नवीन करण्याची संधी मिळवावी, असा विचार करून जेन व व्हेनेबाई जर्मनीला गेल्या.

दुसऱ्या महायुद्धात पूर्णपणे बेचिराख झालेला जर्मनी कसाबसा पुन्हा उभा राहत होता. सर्वत्र युद्धाच्या, बाँबहल्ल्याच्या खुणा दिसून येत होत्या. बहुसंख्य इमारतींची

पडझड झाली होती. कोलोनचे ते प्रसिद्ध कॅथेड्रल मात्र या सर्व बाँबहल्ल्यातून वाचले होते. त्याला भेट दिल्यावर ईश्वरी कृपेवरील आणि सामर्थ्यावरील जेनचा विश्वास अधिकच दृढ झाला. त्या चर्चची भव्यता, विशाल आकार व धीरगंभीर रचना तिला अंतर्मुख करत होती.

जेनने जर्मनीत आपल्या उदरनिर्वाहासाठी योग्य काम शोधावे, जर्मन भाषा शिकून काहीतरी कौशल्य प्राप्त करावे, असे व्हेनेला वाटत होते. आपल्या आईची इच्छा समजून घेऊनसुद्धा जेनला कोलोन शहर फारसे आवडले नाही. जर्मन भाषेत तिला विशेष रुची वाटत नव्हती. तरीसुद्धा तिने काही दिवस कोलोनमध्ये आनंदाने घालवले. तिथे काहीच मनाजोगते होणार नाही, याची जेनला आणि व्हेनेबाईंना कल्पना आली. मनाजोगते काम किंवा आवडीचा कोणताच उपक्रम करता येणार नाही, हे लक्षात आल्याने पुन्हा इंग्लंडकडे परतण्याचा निर्णय मायलेकींनी घेतला.

●●●

नवे क्षितिज

१

जर्मनीत राहून परत आल्यावर जेनच्या आईपुढे एक प्रश्न निर्माण झाला– आता जेनचे पुढील आयुष्य कसे राहील? उच्च शिक्षणाची संधी नाही, मग पोटापाण्यासाठी काय करायचे? जेन आता १८ वर्षांची झाली होती. त्या वयाच्या इंग्लिश मुली स्वतःच्या पायांवर उभे राहणे योग्य मानत. अशा वेळी जेनला स्वावलंबी होणे गरजेचे होते.

१९५२मध्ये जर्मनीहून परत आल्यावर जेन आपल्या आजोळी राहत होती. अनिश्चित भवितव्याची चिंता तिला भेडसावत होती. कोणत्याही विद्यापीठात प्रवेशाची संधी नाही, त्यामुळे उच्च शिक्षणाची संधी नाही. कोणतेही कौशल्य नाही, म्हणून रोजगाराचीसुद्धा संधी नाही, या गोष्टी तिला चिंताग्रस्त करत होत्या.

प्राणिजीवनाचा अभ्यास करण्याचे, आफ्रिकेला जाण्याचे स्वप्न आता बाजूला ठेवून गंभीरपणे भविष्याचा विचार करण्याची वेळ आली आहे, हे तिला समजत होते. सर्वसामान्य मध्यमवर्गीय कुटुंबाची स्वप्ने तकलादूच असतात, त्यांना आव्हाने आणि संकटांचा दाब फारसा सहन होत नाही. जेनचे कुटुंबसुद्धा याला अपवाद नव्हते. काम पाहणे, नोकरी करणे आवश्यक आहे याची तिला जाणीव होती. तिच्या आईला आता मुलीच्या चरितार्थाची खरोखरच चिंता वाटत होती.

आईने तिला एक सरधोपट सल्ला दिला. त्या काळात लोकप्रिय असणारा आणि सर्व मुलींनी करावा असा अभ्यासक्रम तिने करावा; तो म्हणजे, टायपिंग व शॉर्टहँडचा कोर्स! सोबत थोडेसे अहवाल-लेखन व अकाउंटन्सी यांचे ज्ञान असेल तर कोणत्याही कार्यालयात स्टेनो टायपिस्ट किंवा सचिव म्हणून सहज नोकरी मिळवता येईल. त्या काळातील इंग्लिश समाजातील मध्यमवर्गीय मुली जे करत तेच तिने करावे, हा विचार मुळीच गैर नव्हता. अखेर जेनने परिस्थितीपुढे हार मानून स्टेनो, टायपिंग व अकाउंटन्सीच्या अभ्यासक्रमाला सुरुवात केली. त्या केवळ स्त्रीप्रधान कुटुंबाला वाचवण्यासाठी, कर्त्या पुरुषाच्या अनुपस्थितीत तिने स्वतःच्या आफ्रिकेच्या स्वप्नाला काही काळ विश्रांती देण्याचे ठरवले.

२

१९५३च्या मे महिन्यात साउथ केनसिंगस्टनमधील क्वीन्स सेक्रेटरियल कॉलेजमध्ये जेन दाखल झाली. तिथे तिने आपले स्टेनोग्राफीचे शिक्षण पूर्ण केले. त्या वेळी ती आपल्या आईची मैत्रीण मिसेस हिलेर यांच्याकडे राहत होती. हा टायपिंग-स्टेनोचा अभ्यासक्रम तिला फार रूक्ष, एकसुरी व कंटाळवाणा वाटत होता. अर्थात, प्राप्त परिस्थितीपुढे नाइलाजच होता, म्हणून तिने आपले काम सोडले नाही.

मात्र, दर शनिवारी-रविवारी ती केंट येथील एका बागेत आपला फावला वेळ घालवत असे. तिथे घोडेस्वारी, पायी फिरणे, मनसोक्त वाचन करणे, यांमुळे तिला बराच विरंगुळा मिळत होता.

आपला अभ्यासक्रम संपवून १९५४मध्ये ती पुन्हा एकदा आपल्या घरी परतली. त्यानंतर आवडते धर्मगुरू फादर ट्रेव्हर यांना भेटणे, त्यांच्याशी चर्चा करणे हा तिचा उपक्रम सुरू झाला. घोडेस्वारी आणि बाकीचे छंद चालू होतेच; पण आफ्रिकेचे स्वप्न तिला स्वस्थ बसू देत नव्हते. याच दरम्यान ती पत्रकारितेचासुद्धा अभ्यास करत होती. एका मित्राला तिने आपला अनुभव पुढील शब्दांत कळवला होता :

I wish to write anything worth anyone reading, I must have lived a few more years and acquired a little experience of life as they say.

हा काळ जेनकरिता कष्टाचा होता. आपले स्वप्न विरून जात आहे, आफ्रिकेचा विचार वेड्यासारखा आहे, असे तिला राहून-राहून वाटत होते.

दरम्यान तिने आपल्या ओली नावाच्या आत्याकडे काम करावयाचे ठरवले. त्यांचा एक छोटासा दवाखाना होता. सामान्यपणे हातापायांची मालीश, पक्षाघाताचे रुग्ण व अपंग लहान मुले यांच्यावर तिथे उपचार केले जात. पोलिओग्रस्त मुलांसाठी तिथे विशेष उपचार होत. जेनला हा अनुभव फार महत्त्वाचा वाटला. इतरांचे दुःख, लहान मुलांच्या वेदना, आजारी व्यक्तींच्या मनोभूमिका यांची जाणीव तिला झाली. त्यातून तिची मनोवृत्ती अधिकच क्षमाशील आणि करुणामय झाली.

जेन

इतरांचे दुःख दूर करणे, त्यांची सेवा करणे हीच खरी ईशसेवा आहे हे आता तिला कृतीतून पटले. अर्थात, या सेवाकाळात ती थोडेफार पैसेसुद्धा मिळवत होती. जेन त्या प्रत्येक रुग्णाचे अहवाल टंकलिखित करत असे. मेंदूचा कमकुवतपणा, सांधे, स्नायू आणि अस्थी रोगांचे रुग्ण व त्यांच्या वेदना तिला अस्वस्थ करत.

ती वरचेवर आपल्या आत्याच्या रुग्णालयाला भेट देत असे. बरेचदा शस्त्रक्रिया करणाऱ्या आत्याला ती साहाय्यदेखील करत असे. या सर्व अनुभवांचा तिला पुढे खूपच लाभ झाला. आजारी पडलेली लहान मुले आपल्या असाधारण धैर्याने वेगवेगळ्या आजारांना, वेदनांना कशी सामोरी जातात, ते तिने पाहिले. त्यातून तिचा जगाकडे, जीवनाकडे पाहण्याचा एकूण दृष्टिकोन बदलला. ती अधिक सहनशील व मनमिळाऊ झाली.

३

१९५४मध्ये तिला ऑक्सफर्ड विद्यापीठात नोकरीची संधी प्राप्त झाली. ऑक्सफर्ड विद्यापीठाच्या कुलसचिवांच्या कार्यालयात ती एक टायपिस्ट म्हणून रुजू झाली. खरे तर तिला या टायपिस्टच्या नोकरीत फारसे गम्य वा रुची नव्हतीच; परंतु या नोकरीत

पगार चांगला होता. राहण्याचीसुद्धा उत्तम सोय होती. ती ऑक्सफर्डमधील क्लॅरेन्डॉन हाउस या जुन्या इमारतीत राहत होती. अठराव्या शतकातील ही इमारत फार भव्य आणि प्रासादतुल्य होती.

जे काम ती करत होती, त्यात कोणत्याही प्रकारची आव्हाने नव्हती आणि आनंदही मिळत नव्हता. ते एक प्रकारे यांत्रिक पद्धतीने चालू असणारे, एकसुरी, कंटाळवाणे काम होते. तिथे तिला समवयस्क मित्रमैत्रिणी होत्या, तरीदेखील तिच्या महत्त्वाकांक्षेला धुमारे फुटावेत असे वातावरण मात्र नव्हते.

ऑक्सफर्डमधील नोकरी सोडून तिने १९५५मध्ये एकोफिल्ड नावाच्या एका चित्रपट कंपनीत नोकरी धरली. तिथे चित्रपट निर्मितीचे काम होत असे. तिला हे काम मनापासून आवडले. चित्रपटांना पार्श्वसंगीत देण्याचे व त्यातील पार्श्वसंगीत संपादनाचे काम तिने स्वीकारले. तिच्या नित्याच्या रटाळ कामांपेक्षा यात अधिक रंजकता आणि रोचकता होती, त्यात कल्पकतेला वाव होता. या चित्रपट कंपनीत काम करताना जेनला अनेक नवीन गोष्टी शिकायला मिळाल्या. चित्रपटासाठी छायाचित्रण कसे करायचे, योग्य प्रकारे संपादन, ध्वनिमुद्रण आणि इतर बाबी कशा हाताळावयाच्या, हे तिला आता चांगले उमजले होते. तिच्या भावी आयुष्यात तिला हे सर्व ज्ञान खूपच फायदेशीर ठरले. याच काळात ती खासगी शिकवण्यासुद्धा घेत होती. पुरेसा पैसा गाठीला बांधण्याचे तिचे प्रयत्न सुरूच होते.

लंडनमधील तिचे हे वास्तव्य तिला खूपच भावले. या काळात नवे काहीतरी शिकत राहणे, फिरणे, संगीत ऐकणे, मनसोक्त वाचन करणे, अशी सर्व तिची आवडीची कामे तिला करता येत होती. एक अत्यंत आनंददायी अनुभवांचा हा काळ तिला सुखद वाटत होता.

१९५६मध्ये मात्र या सर्व गोष्टींना अचानक एक नवे वळण मिळणार होते. तिचे भाग्य आणि भवितव्य यांना वेगळीच दिशा देणारा काळ जवळ आला होता.

●●●

केनियाला प्रस्थान

१

तो दिवस होता १८ डिसेंबर १९५६. जेनला एक पत्र आले. त्याने ती एकदम हरखूनच गेली. त्या पत्राचा लिफाफा पाहूनच तिला खूप आनंद झाला. त्यावर हत्ती व जिराफ यांची तिकिटे होती. ते पत्र केनियाहून तिच्या मैत्रिणीने– मेरी क्लॉडने पाठवले होते. मेरी तिची जुनी शाळासोबती होती. मेरीच्या वडिलांनी केनियाला एक मोठा फार्म विकत घेतला होता. त्या फार्मवर काम करायला आणि त्याचे व्यवस्थापन करायला मेरी तिथे गेली होती. मेरीने लिहिलेल्या पत्रात केनियातील आपले नवे घर आणि फार्म पाहण्याचे आमंत्रण दिले होते. ते पत्र वाचताच जेनला अत्यानंद झाला. क्षणभर तिचा स्वतःवर विश्वासच बसत नव्हता. आपण स्वप्नात तर नाही ना, असे तिला वाटले.

आपले भवितव्यच आपल्याला आमंत्रण देत आहे, असेच तिला वाटले. अनेक वर्षांपासून आफ्रिकेला जाण्याची वेडी इच्छा आता पूर्णत्वाकडे आली आहे, याची तिला जाणीव झाली. ही संधी आता सोडायची नाही. आफ्रिकेला जायचेच आणि मगच आनंद साजरा करायचा तिचा निर्धार पक्का झाला.

परंतु हे सगळे स्वप्नरंजन होते. कारण वास्तवात आफ्रिकेला जाणे एवढे सोपे नव्हते. त्यासाठी लागणारा पैसा आणायचा कुठून, हा सर्वांत महत्त्वाचा यक्षप्रश्न होता. तो खर्चदेखील खूप मोठा होता. तेवढा पैसा जेनपाशी मुळीच नव्हता आणि आईला पैसे मागून काही उपयोग नव्हता, कारण आईचीसुद्धा आर्थिक स्थिती यथातथाच होती.

खरे तर एकदा केनियाला गेले की परत इंग्लंडला यायचेच नाही, असेच तिच्या मनात होते. अर्थात, हे जर व्हेनेला कळले तर ती आपल्याला परवानगीच देणार नाही, याची जेनला पूर्ण कल्पना होती. त्यामुळे 'ती परत येईल' असे सांगितले तरच केनियाला जाण्याची अनुमती तिला मिळणार होती.

दुसरी बाब अधिक महत्त्वाची होती. केनियाला जाणाऱ्या इंग्रज व्यक्तीला केनियन आणि इंग्रज सरकारची अनुमती असल्याशिवाय तिथे राहणे शक्य नव्हते. इंग्लंडवरून केनियाला जाणाऱ्या प्रत्येक व्यक्तीला परतीचे तिकीट काढणे सक्तीचे होते. केवळ जाण्याचेच एकतर्फी तिकीट काढले तर तिथे जाण्याची अनुमती मिळणार नाही, याची तिला कल्पना आली.

अर्थात, परतीचे तिकीट काढणे तर फारच खर्चाचे होते. तेवढा पैसा जेनपाशी खचितच नव्हता. एकच पर्याय होता; तो म्हणजे परतीच्या तिकिटाएवढे पैसे गोळा करणे आणि थोडी पुंजी सोबत घेऊन केनियाला जाणे. हे फार कठीण कार्य होते, तरीदेखील जेनचा निर्धार कायम होता. स्कॉटफिल्ड येथील नोकरी सोडून ती पुन्हा घरी आली. कारण त्यामुळे तिला भाड्याचा खर्च वाचवता येणार होता. आता अधिक काटकसरीचे जीवन जगून पैसे वाचवायचे आणि केनियाला जायचे, हा एकच ध्यास तिने घेतला. इच्छा तिथे मार्ग यावर तिचा पूर्ण विश्वास होता... आणि मग सुरू झाली एक न संपणारी धडपड!

जेनने एका स्थानिक हॉटेलमध्ये वेटरचे काम स्वीकारले. तिथे ती बारा-बारा तास काम करायची. गरज पडली तर दोन पाळ्यांमध्येदेखील ती काम करत असे. सतत वेटरचे काम करून तिला बरेचदा कंटाळा यायचा. पण काहीही करून आता केनियाला जायचेच, हा निर्धार केल्याने तिला त्या श्रमाचे काही वाटत नव्हते. उलट, हे कष्ट तिला एक वेगळाच आनंद देत होते.

वेटरचा पगार काही फार नसतो. त्यामुळे सर्व खर्च वजा जाता अत्यंत थोडी रक्कम बचत म्हणून उरत असे. त्या रकमेकडे आठवड्याच्या शेवटी आशाळभूतपणे पाहणे, हा तिचा छंदच झाला. अर्थात, 'थेंबे थेंबे तळे साचे' या सूत्रावर तिचा विश्वास होता. ही बचत ती तिच्या दिवाणखान्यातील जाजमाखाली लपवून ठेवत असे. आता हा उपक्रम तिला फार काळ चालवायचा होता. केनियाचे स्वप्न पावलापावलाने जवळ येत होते.

बरेचदा आता किती पैसे जमले हे पाहण्यासाठी जेन आणि तिची बहीण ज्युडी तीच रक्कम पुनःपुन्हा मोजून पाहत असत आणि पुनःपुन्हा खर्चाचा हिशेब करत.

याच काळात तिला एक-दोन ठिकाणांहून लग्नाची मागणी आली. परंतु 'सध्या मला कर्तव्य नाही' अशा स्वच्छ शब्दांत तिने आपला नकार कळवला. सतत परीक्षण आणि प्रयास करण्याचा तिचा ध्यास कमी होत नव्हता. यादरम्यान आपल्या एका स्नेह्याला लिहिलेल्या पत्रात ती म्हणते:

I am working myself absolutely to the bone. It really is dreadful during the peak of the season we only got one day off of a fortnight, two afternoon teas and one late-night per week.

२

अखेर तो एक दिवस उगवलाच! आपल्यापाशी किती पैसे जमले आहेत हे जेनने पुन:पुन्हा मोजले आणि तिच्या आनंदाला पारावार राहिला नाही. कारण आता जमा पुंजी तिच्या अपेक्षेपेक्षा थोडी जास्तच होती. आता तिकिटे काढून पुढच्या तयारीला लागायचे तिने ठरवले.

गुरुवार दिनांक १५ मार्च १९५७ रोजी दुपारी चार वाजता जेनने आफ्रिकेला प्रस्थान करणाऱ्या जहाजावर पाऊल ठेवले. आता आफ्रिकेला जाण्याचे स्वप्न पूर्ण होणार होते. तिला आता तिच्या स्वप्नातला टारझन आणि वेगवेगळ्या प्रकारचे प्राणी— सिंह, हत्ती, गेंडे, जिराफ, झेब्रा यांच्या देशात जायचे होते.

प्रवास जसजसा पुढे सरकत होता, तसतसा तिला अधिकाधिक आनंद होत होता. 'केनिया कॅसल' नावाचे जहाज आकाराने विशाल होते. त्यात बऱ्याच सुखसोयी होत्या. जेनला त्यात एक केबीन मिळाली. तिच्यासोबत पाच इतर तरुणीसुद्धा होत्या. अर्थात, या किरकोळ अडचणींकडे तिचे लक्ष नव्हते. केवळ तीन आठवड्यांत ती आफ्रिकेला— केनियाला पोहोचणार होती.

वयाच्या तेविसाव्या वर्षी जेनला स्वप्नपूर्तीचा आनंद मिळणार होता. ती केवळ तिच्या मैत्रिणीलाच पुन्हा भेटणार नव्हती; तर तिच्या जीवनाला एक वेगळे वळण इथेच मिळणार होते.

जहाजातून प्रवास करताना तिला तिचा आतापर्यंतचा जीवनप्रवास आठवला. आपले बालपण, टारझनच्या त्या विलक्षण साहसकथा, शाळेतील मैत्रिणी, निसर्ग आणि

प्राणी यांबद्दलचे आकर्षण, फादर ट्रेव्हर आणि आजीच्या आत्मिक व आध्यात्मिक शक्तीच्या गोष्टी या सर्वांच्या आठवणीने ती क्षणभर भावुक झाली.

आपली प्रेमळ आई आणि मैत्रिणीसारखी बहीण ज्युडी यांच्या आठवणींनी तिला गहिवरून आले. तिने वाचलेल्या पुस्तकांतील काही प्रसंग आणि घटना यांचा प्रत्यक्ष अनुभव घेण्यासाठी ती अखेर केनियाला पोहोचणार होती. या प्रवासात केनिया कॅसल चार ठिकाणांना भेट देणार होते– कॅनरी बेटे, केपटाऊन, दरबान आणि बेअरा बंदर! अखेर एकवीस दिवसांचा तो दीर्घ प्रवास संपून केनियाच्या मोंबासा नावाच्या बंदरावर ती पोहोचली. जेनचे पाय अखेर एकदाचे आफ्रिकेच्या किनाऱ्याला लागले.

३

मोंबासावरून पूर्व आफ्रिकेचा उरलेला प्रवास जेनने रेल्वेने केला आणि केनियाची राजधानी नैरोबी येथे ती पोहोचली. अधूनमधून आफ्रिकेच्या किनाऱ्यावरील बंदरांवर फिरण्यासाठी ती उतरली होती, त्या वेळी तिला काळे-गोरे लोक, गजबजलेले बाजार आणि थोडेसे वेगळ्या प्रकारचे वातावरण नजरेस पडलेच होते.

नैरोबीच्या रेल्वे स्टेशनवर तिच्या स्वागताला तिची मैत्रीण, मैत्रिणीचे वडील आणि मित्र टोनी हजर होते. स्वागत खरोखरच मनापासून झाले. स्टेशनपासून घरापर्यंतचा प्रवास विलक्षण खडतर होता. अखेर ती त्या बहुप्रतीक्षित फार्मवर पोहोचली. ती विस्तीर्ण हिरवीगार जागा आणि आसपासची वनराई पाहून तिला मनापासून आनंद झाला. खरा आश्चर्याचा धक्का तर अद्याप बसायचा होता. तिने सहज मान वळवून मागे बघितले, तर रस्त्याच्या कडेला एक मोठा जिराफ आपली मोठी मान वळवून तिच्याकडेच बघत होता.

४

नैरोबीतील त्या फार्मवर जेनचे सुरुवातीचे काही दिवस खूपच आनंदात गेले. वनराजी, जंगल आणि आसपासचा निसर्गरम्य परिसर पाहताना तिला मनस्वी आनंद होत असे. स्वच्छ मोकळी हवा, उंच-उंच पर्वतशिखरे आणि शुद्ध नितळ पाण्याचे झरे हे सारे तिच्यासाठी स्वप्नवतच होते. आफ्रिका हा जादुई प्रदेश आहे, असेच तिचे मत झाले. परंतु सर्वच दिवस काही सारखे नसतात. ज्या रम्य आणि मनोहर परिसराने तिला वेड

लावले, तिथे लवकरच एक मोठे वादळ येणार होते... राजकीय अशांतता आणि बंडाळीचे वादळ!

केनिया ही ब्रिटनची एक वसाहत होती. त्यावर ब्रिटिश सरकारचे नियंत्रण होते. केनियन लोकांना स्वातंत्र्याची ओढ होती. इंग्रज सरकार मात्र हे स्वातंत्र्य देण्याच्या विरोधात होते. त्यामुळे केनियात सर्वत्र अशांततेचे आणि अस्वस्थतेचे वातावरण होते. स्थानिक लोकांना आता ब्रिटिशांचे राज्य नको होते. त्यांना त्यांच्या पद्धतीने आपल्या देशाचा राज्यकारभार चालवायचा होता. स्वातंत्र्याच्या या मागणीला रक्तरंजित स्वरूप प्राप्त झाले होते. स्थानिक लोकांच्या मनात इंग्रज शासक आणि नागरिक यांच्याबद्दल नाराजी आणि संताप होता. तो वेगवेगळ्या प्रकारे व्यक्त होत असे. स्वातंत्र्याच्या या मागणीला १९४०नंतर विशेष जोर आला होता. सर्वत्र आंदोलने होत असत. याचा परिणाम सर्वत्र दिसून येत होता. केनियाचे त्या वेळचे ब्रिटिश शासन समर्थक प्रमुख कुंगु वारुहीऊ एका कार्यक्रमासाठी नैरोबीला आले होते. तो दिवस होता ७ ऑक्टोबर १९५२, ते एका चर्चला भेट देणार होते. तिथेच त्यांना गोळ्या घालून ठार मारण्यात आले. त्यांना गोळ्या घालणारे मारेकरी 'मौ मौ' नावाच्या अतिरेकी संघटनेचे होते.

मौ मौ ही एक गुप्त अतिरेकी संघटना होती. त्यामुळे सर्वत्र गोंधळाचे आणि भयाचे वातावरण निर्माण झाले. त्यामुळे ब्रिटिश शासनाला मोठा हादरा बसला. मोठ्या प्रमाणात धरपकड झाली. लाखभर लोकांना तुरुंगात टाकले गेले, परंतु मौ मौचे हत्याकांड आणि दहशतवादी कारवाया चालूच होत्या. त्यानंतर सात वर्षे दहशतवादी कृत्ये चालूच होती. त्यात ३२ ब्रिटिश नागरिकांचा बळी गेला. अखेर ब्रिटिश सरकारला केनियातील असंतोषाने आणि अस्वस्थतेने विचार करण्यास भाग पाडले. केनियाला संपूर्ण स्वातंत्र्य देण्याचा निर्णय घेण्यात आला.

५

केनियन स्वातंत्र्यलढ्याचा तो रक्तलांच्छित आणि भयावह अनुभव जेनला फार अस्वस्थ करणारा होता. मानवी आयुष्य आणि एकमेकांप्रति असणाऱ्या ममत्वाच्या, बंधुत्वाच्या जीवनमूल्यांची निर्मम हत्या पाहून तिला विलक्षण दुःख झाले. त्या विलक्षण दुर्दैवी आणि दहशतवादी कृत्यांमुळे तिचा मानवी दयाभावनांवरचा आणि सहृदयतेवरचा विश्वासच उडाला.

याच काळात जेनला तिच्या मैत्रिणीच्या आग्रहाने कोल्ह्यांच्या शिकारीला जाण्याचे विशेष आमंत्रण मिळाले. ती आणि तिच्या मित्र-मैत्रिणींनी घोड्यावरून शिकारीसाठी प्रयाण केले. त्या घनदाट जंगलात आपला जीव वाचवण्यासाठी असहायपणे धडपड करणारी हरणे, कोल्हे व इतर प्राणी पाहून तिचे हृदय कळवळले. आपले मित्र निरपराध जिवांची हत्या करण्यासाठी एवढे उत्सुक का आहेत, असा प्रश्न तिला पडला. त्यातून त्यांना नेमका

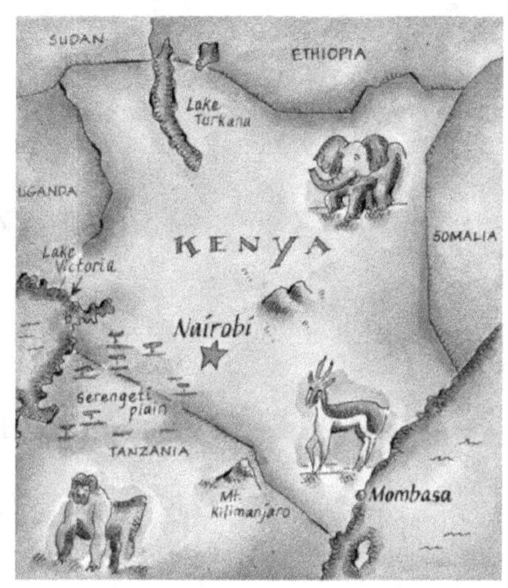

कसला आनंद मिळतो, हे तिला कळेना. निसर्गाने मनुष्य व प्राणी यांना एकसारखेच जीवन दिले असताना आपण त्या असहाय व प्रतिकार करू न शकणाऱ्या प्राण्यांना का मारतो, असा प्रश्न तिला पडला. मुक्या जिवांची हत्या करण्यातील थरार तिच्या आकलनापलीकडचा होता. तिला स्वतःचीच लाज वाटली. यापुढे कधीही कोणत्याही निरपराध जिवाची हत्या करावयाची नाही, अशी तिने शपथ घेतली.

केनियाला येऊन आता बरेच दिवस झाले होते. तिला वारंवार आईची पत्रे येत. 'परत ये' असा आग्रहाचा संदेश त्यात असे, पण जेनला पुन्हा इंग्लंडला जायचेच नव्हते. 'तुला आफ्रिकेने गिळून टाकले आहे. त्या जंगली, असभ्य व मागासलेल्या देशात तुला काही भवितव्य नाही,' असे तिच्या आईने वारंवार सांगितले. पण आफ्रिकेत राहून वन्यजीवांचा अभ्यास करण्याचा जेनचा निर्धार कायम होता.

आपल्या मैत्रिणीच्या मदतीवर किती दिवस राहायचे, हा प्रश्न जेनपुढे होताच. अखेर तिने नोकरी शोधायचे ठरवले आणि खरोखरच एक संधी तिच्याकडे चालून आली. तिचे काका एरिक यांच्या ओळखीने तिला एका ब्रिटिश कंपनीत सेक्रेटरीची नोकरी मिळाली. आता ती स्वतंत्र होती, कमावती होती. आपल्या मर्जीप्रमाणे तिला वागता येणार होते. आपले स्वप्न आता खरोखर पूर्ण होणार, याची तिला खात्री होती. आता ती आपल्या ध्येयाच्या दिशेने आणखी एक पाऊल पुढे सरकली होती.

●●●

आयुष्याला कलाटणी

१

केनियाच्या स्वातंत्र्याने तेथील राजकीय व सामाजिक वातावरण पूर्णत: बदलून गेले. अशा वेळी केनियात राहण्याकरिता काहीतरी काम हवे, काहीतरी नोकरी हवी असा विचार जेनने केला. त्यात तिला यशदेखील आले. या सेक्रेटरीच्या कामाने तिला थोडा पैसा, स्थैर्य आणि केनियात स्थिर होण्याची संधी प्राप्त झाली. परंतु या कंटाळवाण्या कामातून आपले ध्येय पूर्ण होणार नाही, याची तिला जाणीव होती. त्यासाठी काय करावे, हाही प्रश्न होताच. नियतीला मात्र काहीतरी वेगळेच मान्य होते. जेनच्या जीवनाला वेगळे वळण देणारे काहीतरी चांगले व्हावे यासाठी दैवच आता प्रसन्न होणार होते. जेनची भेट एका आगळ्यावेगळ्या व्यक्तिमत्त्वाशी झाली. त्यामुळे तिचा पुढचा जीवनक्रम एका वेगळ्या वाटेने पुढे जाऊ लागला. डॉ. ल्युईस लिकी या व्यक्तीने जेनला झपाटले होते, तिला एका आव्हानात्मक आणि परिपूर्ण जीवनाची वाट दाखवली होती.

२

डॉ. ल्युईस लिकी हे एक आगळेवेगळे, ख्यातकिर्त परंतु वादग्रस्त व्यक्तिमत्त्व होते. त्यांच्या संशोधनातील विवादास्पद विधानांमुळे त्यांना नेहमीच टीकेला आणि

वादविवादाला तोंड द्यावे लागत होते. ते एक मान्यताप्राप्त पुरामानववंशशास्त्रज्ञ होते. मानवी संस्कृती, मानववंश, त्याचा उगम, आणि मानवाचे अतिप्राचीन पूर्वज यांचा अभ्यास हा त्यांच्या संशोधनाचा विषय होता.

आपल्या संशोधनासाठी त्यांनी अनेकविध तंत्रांचा, साधनांचा एकत्रितपणे अभ्यास केला. यासाठी ते विविध प्रकारचे प्राचीन अवशेष, जीवाश्म आणि इतर प्रागैतिहासिक अवशेष यांचा अभ्यास करत. मानवाचे पूर्वज नेमके कोण होते, मानवाच्या पूर्वजांची ठळक वैशिष्ट्ये कोणती, आणि माकडापासून माणूस नेमका केव्हा वेगळा झाला, मानवाच्या प्रथम वंशजाची वैशिष्ट्ये व स्वरूप यावर त्यांचे शोधकार्य सुरू होते.

लिकी याचे वडील ख्रिश्चन धर्मगुरू होते. त्यांचा जन्म ७ ऑगस्ट १९०३ रोजी केनियातील काबेटे येथे झाला. त्याचे सर्व आयुष्य केनियात व्यतीत झाले. लहानपणीच त्याने केनियातील किकुमु भाषा, चालीरीतींचा चांगलाच अभ्यास केला. त्याने आपल्या ज्ञानसाधनेचा आणि भाषाज्ञानाचा उत्तम वापर करून किकुमु भाषेचे व्याकरण प्रथमत: शब्दबद्ध केले आणि त्याचा एक परिपूर्ण ग्रंथदेखील लिहून काढला.

तरुणपणीच त्याला निसर्ग, नैसर्गिक शास्त्रे आणि मानववंशशास्त्रात रुची निर्माण झाली. प्रथमत: अगदी बालपणापासूनच त्याने पक्षी, त्यांची जीवनशैली व प्रकार यांचा शास्त्रीय अभ्यास करण्यास प्रारंभ केला. पक्षिशास्त्राचा (Orinthology) अभ्यास करताना तो रानोमाळ भटकत असे. या भटकंतीतच त्याला बरेचदा पाण्याच्या प्रवाहाने किंवा पावसाच्या मोठ्या सरींनी उघडी पडलेली जमीन पाहायला मिळे. त्या जमिनीतून मग हळूच बाहेर तोंड काढून पाहणारी जुनी दगडी अवजारे, साहित्य व मातीची भांडीदेखील त्याला पाहावयास मिळत. ही अवजारे व शस्त्रे प्राचीन काळातील आदिम मानवाची असावीत, असे त्याला वाटत होते. यातूनच त्याचे प्रागैतिहासिक काळाबद्दलचे आकर्षण वाढीस लागले.

विसाव्या शतकाच्या सुरवातीला पुरातत्त्व शास्त्रज्ञांची आणि प्रागैतिहासिक काळातील मानव व मानववंशशास्त्रातील रुची वाढीस लागली होती. त्यामुळेच ही दगडी अवजारे आणि शस्त्रे मानवनिर्मित असून त्यांचा कालनिर्णय करणे गरजेचे आहे, असा विचार त्यातून पुढे आला. कारण शस्त्रे व अवजारे तयार करण्याची गरज व बुद्धी मानवालाच आहे. त्यामुळे या अवजारांच्या काळावरून मानवाच्या पूर्वजांबाबत काही खुलासा होईल, असे वाटत होते.

त्या काळातील शास्त्रज्ञांना मानवाचे मूलस्थान व आरंभीच्या काळातील मानव कोठे निवास करत होता, याविषयीचे गूढ वाटत होते. या रहस्याचा उलगडा झाल्यास

मानवी जीवनाच्या अनेक प्रारंभिक गोष्टींचा उलगडा होईल, असे ते मानत होते. परंतु मानवाचे मूलस्थान आशियातच कोठेतरी असावे, असा एक विचारप्रवाह त्या काळात फार प्रबळ होता. इतर कोणालाही आफ्रिका हे मानवाचे मूलस्थान असेल असे वाटत नव्हते. परंतु लिकीच्या अभ्यास व संशोधन यातून या मूलभूत मानलेल्या सिद्धान्तालाच सुरुंग लागला होता. मानवाच्या प्रारंभिक निवास व उगमस्थान याबाबतच्या प्रस्थापित सिद्धान्तावर त्याने प्रश्नचिन्ह उपस्थित केले होते.

३

आपल्या विचारांना पूर्णत्व देण्यासाठी, आपले अध्ययन हे वाचन, विचार, संशोधन आणि योग्य प्रकारची शास्त्रीय मांडणी यावर व्हावे यासाठी १९२२मध्ये लिकी केंब्रिज विद्यापीठात दाखल झाला. त्याने पदवी परीक्षेसाठी पुरातत्त्वशास्त्र (आर्किओलॉजी) आणि मानववंशशास्त्र (अँथ्रोपोलॉजी) हे दोन विषय निवडले. केंब्रिजसारख्या उत्तम आणि अभ्यासू वातावरणाच्या संस्थेत प्रवेश घेतल्याचा त्याला खूपच लाभ झाला. चौफेर वाचन, अनेक प्राध्यापकांशी व संशोधकांशी चर्चा आणि नवीन प्रकारच्या संशोधनाचा व विचारप्रवाहांचा परिचय यामुळे तो प्रगल्भ आणि परिपक्व झाला.

त्याच काळात रग्बी खेळताना त्याला जखम झाली म्हणून त्याने सुट्टी घ्यायचे ठरवले. या सुट्टीच्या काळात तो केंब्रिजच्या एका शोधचमूबरोबर मानववंशशास्त्रातील काही प्रमेयांचा अभ्यास करण्यासाठी टांगानिका (आजचे टांझानिया) इथे गेला. ही त्याच्या जीवनाला कलाटणी देणारी घटना सिद्ध झाली. पूर्व आफ्रिकेच्या विविध भूभागांत इतिहासाची आणि मानवी संस्कृतीची अनेक रहस्ये दडली आहेत, याची त्याला खात्रीच पटली. मानवी विकासाची आणि मानववंशशास्त्राची पूर्वपीठिका समजून घेण्यासाठी आपल्याला आफ्रिकेचाच अभ्यास केला पाहिजे, असे त्याला तीव्रतेने वाटू लागले.

अर्थात, लिकीचे हे मत इतरांना सहजासहजी पटणारे नव्हतेच. आफ्रिकेचा अभ्यास मानववंशशास्त्राच्या भूमिकेतून करण्यासाठी कोणताही प्राध्यापक वा शास्त्रज्ञ तयार नव्हता. त्या वेळी लिकी हा एकांडा शिलेदार होता. आफ्रिकेच्या त्या रेताड वाळवंटात अध्ययनासाठी कोणीच जायला तयार नव्हते. लिकीचे गुरुजन व केंब्रिजचे प्राध्यापक त्याला वेड्यातच काढत होते. परंतु लिकीचा विचार पक्का होता. त्याला मनापासून वाटत होते की, मानवाचे मूलस्थान आफ्रिकेतच आहे. १९२६मध्ये मानववंशशास्त्र

आणि पुरातत्त्वशास्त्र या विषयांत पदवी प्राप्त झाल्यावर त्याने आपल्या विचारांना मूर्त रूप देण्याचे ठरवले.

१९२७च्या दरम्यान तो आफ्रिकेत परतला आणि आपल्या आवडत्या सिद्धान्तांच्या सिद्धतेसाठी प्रयास करू लागला. त्याने आपल्या अध्ययनासाठी प्रयास व संशोधन सुरू केले. आणि त्याच्या या मनस्वी, जिद्दी स्वभावाला अखेर यशाचे फळ लागले. त्याच्या अथक प्रयत्नातून त्याला हवे ते सापडले. १९३२मध्ये केनिया येथील लेक व्हिक्टोरिया येथे त्याला आधुनिक मानवाची (होमो सेपियन्स) पहिली कवटी सापडली. त्या कवटीचे वय सुमारे एक लाख वर्षे इतके होते. त्यानंतर त्याला एक जबडा सापडला. त्याचे वय अदमासे पाच लाख वर्षे होते.

लिकीने त्याला सापडलेले अवशेष व सांगाडे आपल्यासोबत इंग्लंडला नेले. तिथे अनेक पुरातत्त्व शास्त्रज्ञांनी त्याचे विशेष कौतुक केले, त्याला सन्मान मिळाला. त्याच्या संशोधनाला प्रथम मान्यतासुद्धा मिळाली. लिकीने आपल्या संशोधनाला जगाने मान्यता द्यावी, शास्त्रीय व इतर अभ्यास मंडळांनी ते स्वीकारावे यासाठी जेम्स बोरवेल या भूगर्भशास्त्रज्ञाला आफ्रिकेला पाचारण केले. परंतु त्याचा हा निर्णय दुर्दैवी सिद्ध झाला. बोरवेलने लिकीचे सर्व संशोधन 'योग्य पुरावे नाहीत' असे सांगून अमान्य केले. त्यामुळे लिकीला मोठा धक्का बसला. त्याने आपला निर्धार कायम ठेवत आणखी नवे पुरावे प्राप्त केले आणि सापडलेल्या नव्या अवशेषांतून आद्य आफ्रिकन मानवाचा काळ १८ लाख वर्षे इतका जुना असावा हेसुद्धा सिद्ध केले.

४

लिकीचे लग्न झाले होते. त्याला एक मूलही होते. संशोधन व अध्ययन यांच्या मागे लागल्यामुळे लिकीचे आपल्या वैयक्तिक जीवनाकडे दुर्लक्ष होऊ लागले. त्याला आदिम मानव आणि आफ्रिकेतील मानववंशशास्त्राची रहस्ये यांमध्ये असणाऱ्या रुचीपुढे दुसरे काहीच सुचत नव्हते. परिणामी, त्याचे पत्नी व मुलाकडे पूर्ण दुर्लक्ष झाले होते.

याच काळात त्याची भेट मेरी डग्लस विडोल नावाच्या स्त्रीशी झाली. तिलादेखील मानववंशशास्त्राचे व भूगर्भशास्त्राचे मोठे आकर्षण होते. तिने युरोपातील अनेक उत्खननांत व संशोधन मोहिमांत भाग घेतला होता. फ्रान्समधील 'पेच मर्ल' गुहांचा अभ्यास केल्यानंतर तिची पुरातत्त्व शास्त्रज्ञ होण्याची व अधिक अभ्यास करण्याची महत्त्वाकांक्षा अधिकच बळावली. ती एक उत्तम रेखाटनकार व चित्रकारसुद्धा होती.

इंग्लंडमधील एम्बुरी डेव्हन या संशोधन संस्थेत तिला रेखाटनकार व चित्रकार म्हणून काम करण्याची संधी प्राप्त झाली होती. या संधीचे सोने करून तिने आपल्या अतुलनीय कामगिरीने मोठा लौकिक प्राप्त केला.

लिकी आणि विडोल यांची भेट १९३४मध्ये झाली. तिला त्याच्या अभ्यासाचे, ज्ञानाचे व कौशल्याचे मोठे आकर्षण होते. त्याची संशोधनावरील निष्ठा व जिद्द यामुळे ती फारच प्रभावित झाली. तिने लिकीबरोबर यापुढे काम करण्याचा निश्चय केला. आफ्रिकेला गेल्यावर तिथे त्यांनी जोडीने संशोधनकार्य सुरू केले.

यादरम्यान बोरवेलने लिकीचे संशोधन नाकारल्याने तो फारच निराश झाला होता. विडोलची सोबत मिळाल्याने त्याचा आत्मविश्वास दुणावला; परंतु त्याच्या पत्नीने त्याला सोडण्याचा निश्चय केला. या सर्वच घडामोडींनी त्याच्या व्यक्तिगत व व्यावसायिक जीवनावर विपरीत परिणाम झाला.

लिकी सहजासहजी हार मानणाऱ्यातला नव्हता. त्याला आपल्या अपयशाचे, दुर्लौकिकाचे दुःख होते. त्यातच त्याची संशोधक म्हणून नोकरीही सुटली. त्याने पुस्तके लिहून व व्याख्याने देऊन थोडेफार पैसे कमवायला सुरुवात केली. अशा प्रतिकूल काळातही विडोलने त्याला मदत करण्याचे, त्याच्या संशोधनाला हातभार लावण्याचे मान्य केले.

५

१९३७मध्ये लिकीने विडोलशी विवाह केला. त्यानंतर त्याने आपल्या संशोधनाची व्याप्ती वाढवली. केवळ मानवी अवजारे व आयुधे यांचा शोध घेऊन आपल्याला आवश्यक पुरावा प्राप्त होणार नाही, हे त्याच्या लक्षात आले. याच्या जोडीने आपल्याला जीवाश्म आणि इतर प्रागैतिहासिक पुराव्यांच्या आधारे मानवी अस्तित्वाचा शोध घ्यावा लागेल, असे त्याला ठामपणे जाणवले. विडोलनेदेखील लिकीसोबत काम करताना आपल्या अध्ययन व संशोधन कौशल्यांचा, तसेच सूक्ष्म निरीक्षणाचा परिचय दिला.

लिकीचे संशोधन अनेक प्रकारे परिपूर्ण स्वरूप घेत असतानाच त्याला रुसिंगा बेटावर (केनियातील अव्हिरोंडो येथील एक जागा) मोठ्या प्रमाणात जीवाश्मांचा साठा सापडला. हे अवशेष मीयोसीन (Miocene) माकडांचे होते. लिकीसाठी हा शोध अतिशय महत्त्वाचा होता. त्याला लिकीने नाव दिले प्रोकोन्सूल आफ्रिकन्स (Proconsul Africanus). त्या अवशेषांवरून एक गोष्ट प्रामुख्याने सिद्ध झाली

की, या आदिमानवाचा जबडा माकडांपेक्षा मानवांशी अधिक साधर्म्य असणारा आहे. यावरून माकडापासून मानव निर्माण झाला, या संशोधनाला अधिकच बळकटी येत होती.

१९४१मध्ये लिकीला कॉरिंडा संग्रहालयाचे मानद संरक्षक हे पद प्राप्त झाले. त्यानंतर त्याने त्याच संग्रहालयात नोकरी सुरू केली. केनियामध्ये राहून संशोधन करण्यासाठी हे आवश्यकच होते. १९४५मध्ये त्याने एका महत्त्वाच्या परिषदेचे आयोजन केले. तिचे नाव होते– प्रागैतिहासिक पॅन आफ्रिकन काँग्रेस (Pan African Congress of Pre-history). यात त्याच्या संशोधनाचा

डॉ. ल्युईस लिकी

खूप गाजावाजा झाला. त्याला विशेष प्रसिद्धी व लौकिक प्राप्त झाला.

१९४९मध्ये त्याने एक संपूर्ण प्रोकोन्सूल सांगाडा सादर केला आणि जग अवाकच झाले! कारण त्या सांगाड्याचे वय २० दशलक्ष वर्षे एवढे होते. ही फार मोठी कामगिरी होती. मानवी इतिहासाला आता खऱ्या अर्थाने कलाटणी देणारे अवशेष लिकीने जगापुढे सादर केले. पृथ्वीवरील मानवी जीवनाचा मागोवा आणि जिवांच्या उत्पत्तीसाठी हे संशोधन अत्यंत मोलाचे ठरले. याच काळात लिकीला आपले संशोधन करण्यात अडचणी येऊ लागल्या. केनियन स्वातंत्र्ययुद्धाचा ज्वर आता पूर्ण भरात होता. त्यामुळे त्याने जंगलात व केनियाच्या इतर भागांत प्रवास करण्याचे टाळून सगळे लक्ष लेखनावर केंद्रित केले. *Mau Mau and Kikuyu* व *Defending Mau Mau* ही दोन पुस्तके त्याने प्रकाशित केली.

१९५७मध्ये लिकीला एक पत्र मिळाले. त्यात पत्रलेखिकेने त्याची भेट घेण्याची विनंती केली होती. तिने आपल्या पत्रात लिहिले होते, की 'मी जेन गुडाल, आपणास भेटू इच्छिते. आपले संशोधन मला फार मोलाचे वाटते. याबाबत बोलण्याची संधी आपण मला द्यावी.' त्या पत्राने जेनच्या एका नव्या पर्वाचा आरंभ झाला.

•••

नवे वळण - नवे पर्व

१

जेनला डॉ. लिकी यांची भेट घेण्याची संधी लवकरच प्राप्त झाली. तिने आपल्या पत्रात विचारले होते : I want to come and see you.

त्यावर डॉ. लिकीने उत्तर दिले : आपण अवश्य या! २४ मे १९५७ रोजी सकाळी कॉरिंडान नॅशनल म्युझियममध्ये डॉ. लिकीच्या कक्षात प्रत्यक्ष भेट झाली.

डॉ. लिकी जेनला म्हणाले, I am Dr. Leaky. What do you want?
त्यावर जेन म्हणाली, मला तुमच्यासोबत काम करायला आवडेल.

डॉ. लिकीचे कार्यालय अत्यंत प्रशस्त होते; परंतु ते फारसे नीटनेटके नव्हते. सर्वत्र कागदाच्या चळती पडलेल्या होत्या. काही ठिकाणी जीवाश्मांचे नमुने आणि वेगवेगळ्या प्राचीन वस्तूंचे अवशेष पडलेले होते; तर काही ठिकाणी दात, अवजारे व जुनी हत्यारे पडलेली होती. ते पाहून जेनला हेच आपले कार्यालय आहे, असे मनापासून वाटले.

त्या बैठकीत लिकी यांनी जेनला आपल्या संग्रहालयातील विविध वस्तू, अवशेष दाखवले. ते पाहून तिला खूपच आनंद झाला. डॉ. लिकी यांनी जेनला अनेक प्रश्नही विचारले. जेनने त्यांची शक्य तितक्या योग्य प्रकारे उत्तरे दिली. तिला वाटले, आपल्या उत्तरांनी डॉ. लिकी संतुष्ट होतील. तिने त्यांना सांगितले की, तिने यापूर्वी कधीच

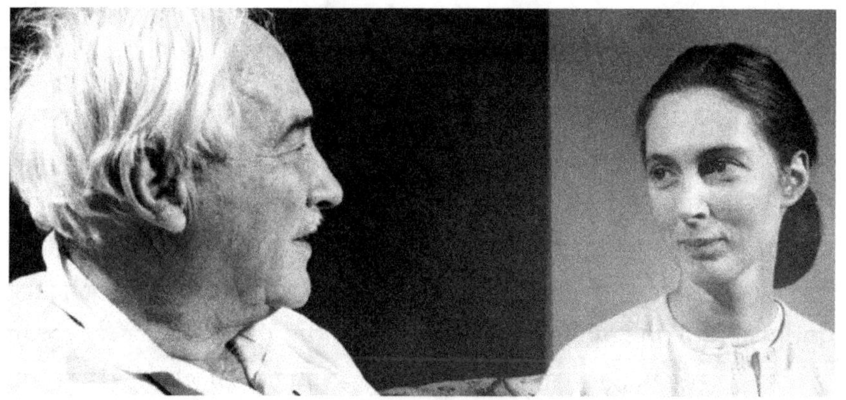

डॉ. ल्युईस लिकी आणि जेन

विद्यापीठात प्रवेश घेतलेला नाही. तिच्यापाशी कोणतीही पदवी वा औपचारिक शिक्षण नाही. त्यावर डॉ. लिकी यांनी काहीच प्रतिक्रिया दिली नाही.

जेनने सांगितले, I had not been to University. I said, I am staying with a friend. And I had a temporary job and really wanted to work with animals and could he help me? He gave me a job instantly as his assistant.

त्याच वेळी लिकीच्या खासगी सचिवाने राजीनामा दिला होता. आपसूकच ते काम जेनला मिळाले. डॉ. लिकी यांच्यात अनेक सद्गुण होते; परंतु त्यांचा स्त्रियांकडे पाहण्याचा दृष्टिकोन फारसा चांगला नव्हता. त्यामुळे जेन त्यांच्यापासून थोडे अंतर ठेवूनच वागत होती. पूर्व आफ्रिकेतील विविध प्राणी, पशू, पक्षी आणि संस्कृती यांचा सखोल अभ्यास जेनने सुरू केला. त्या संग्रहालयातील या विषयांवरील सर्व पुस्तके, लेख आणि इतर साहित्य यांचे तिने खूपच सखोल वाचन केले. तिचा उत्साह, अभ्यास व दूरदृष्टी यांचा डॉ. लिकींवर खूपच प्रभाव पडला आणि त्यांना विलक्षण आश्चर्यही वाटले. त्या वेळी जेनने लेमूर जातीची दोन माकडे पाळली. त्यांच्या लांबलचक, काळ्या, मखमली शेपट्या आणि वेगवेगळे हावभाव यांचे तिला आकर्षण होते. तिने काही इतर आफ्रिकन पक्षीदेखील पाळले होते. हे प्राणी व पक्षी कसे वागतात, ते आपसात आणि मनुष्यप्राण्यांबरोबर कसे वागतात, याचा तिला अभ्यास करायचा होता. साप, वटवाघूळ, उंदीर आणि इतर विविधरंगी पक्षी यांचाही तिने खूपच सखोल अभ्यास सुरू केला.

जेनचा वेळ मिळेल तसा घरात, संग्रहालयात आणि परिसरातील जंगलात जाऊन अभ्यास करणे सुरूच होते. यादरम्यान डॉ. लिकी यांनी एका नव्या जागेवर संशोधन करण्याचे ठरवले. त्या जागेचे नाव होते ओल्डुवाय. या उत्खननाच्या जागेवर काही जीवाश्म आणि अवजारे मिळाली; मानवी सांगाडे मात्र हवे तसे मिळत नव्हते. त्यामुळे प्रागैतिहासिक मानवाबाबत नवे काही हाती येत नव्हते. ओल्डुवायमधून प्राचीन काळातील पर्यावरणाविषयी माहिती मिळत होती; परंतु आपल्या संशोधनाला पुढे नेण्यासाठी आवश्यक पुरावे मिळत नव्हते. ओल्डुवायच्या सभोवतालच्या परिसराचे नाव होते लेरेनगिरी. मलाई लोक त्या भागाला 'सतत सरकणारी जमीन' या नावाने संबोधत.

त्या भागात फक्त मलाई या आदिम जमातीचीच वस्ती होती. मलाई लोक या भागाला 'देवभूमी' मानत. त्या भागात ते आपली जनावरे घेऊन फिरत. तो संपूर्ण परिसर हिरवागार होता. वनराजी आणि दाट वृक्षांचे जणूकाही राज्य होते. हा भाग केनियाच्या मुख्य नागरी वस्तीपासून फार दूर होता व विविध कारणांमुळे तिथे संशोधन करणे अत्यंत अवघड होते. परंतु जेनला त्याची मुळी तमा नव्हती. आता आपण आपल्या ध्येयाप्रत आलो आहोत, अशीच तिची भावना होती.

त्या वेळी संशोधनासाठी ओल्डुवाय हा भाग विलक्षण प्रतिकूल होता. त्यातच पर्याप्त साहित्य, निवारा, पाणी, आरोग्य आणि इतर सुविधा यांचा अभाव असल्यामुळे ती जागा राहण्यास खूपच अवघड होती. जेनने आणि तिच्या सहकाऱ्यांनी तीन-चार तंबू उभारले. तिथे साहित्य घेऊन येणाऱ्या सामानाच्या ट्रकलाच डॉ. लिकीचे ऑफीस करण्यात आले. डॉ. लिकीच्या पत्नीची या काळातील वर्तणूक त्रासदायक होती. अतिरिक्त मद्यपानाने तिचे वर्तन अनियंत्रित होत असे; परंतु जेनला त्या सर्व गोष्टी मुळीच त्रासदायक वाटत नसत.

रात्रीचे जेवण झाल्यानंतर पाय मोकळे करायला म्हणून जेन तंबूच्या आवतीभोवती फिरण्याकरिता निघत असे. त्या वेळी तिला सिंहाच्या डरकाळ्या ऐकू येत. कधी-कधी तरस आणि चित्ता यांचे गुरगुरणे कानी पडत असे. आता आपले जीवनस्वप्न पूर्णत्वाकडे आले असून आफ्रिकेच्या अंतरंगातील विविधता आणि नावीन्य पाहायला मिळणार याची तिला खात्री पटली. ती स्वतःलाच म्हणाली, 'आफ्रिका, आफ्रिका मी आले आहे तुला भेटायला...'

ओल्डुवायच्या त्या भूमीवर आपले संशोधनकार्य करताना जेनला अनेकविध अनुभव आले. जीवाश्मांचे विविध प्रकार, त्यांची वैशिष्ट्ये आणि अनेकविध रूपे यांचा तिला परिचय झाला. खरे तर हे काम अत्यंत त्रासदायक आणि कंटाळवाणे होते. ही जीवाश्मे खूप प्राचीन काळची असल्यामुळे ती आता ठिसूळ झाली होती. अत्यंत शांतपणे व परिश्रमपूर्वक हे काम करावे लागणार होते, मात्र ते तितकेच किचकटही होते. मानवी सभ्यता, संस्कृती आणि ज्ञान असणाऱ्या मानवी इतिहासाच्या पूर्वींचे हे जग तिच्यासाठी पूर्णतः अपरिचित होते.

याविषयी जेनने लिहिलेला अनुभव लक्षात घेण्यासारखा आहे :

I will always remember the first time I held in my hand the bone of a creature that had walked on the earth millions of years before. I had dug up myself. A feeling of awe crept over me I thought, 'once this creature stood here. It was alive, had flesh and hair. It had its own smell. It could feel hunger and thirst and pain. I could enjoy the morning sun.'

प्रत्यक्ष उत्खनन सुरू करण्यापूर्वी तिथे काम करणाऱ्या कामगारांनी आणि संशोधन साहाय्यकांनी वरवर दिसणारी मातीची ढेकळे आणि वरची परत हलक्या हातांनी व पावलांनी दूर केली. त्यावर नियंत्रण ठेवणारी मेरी लिकी अत्यंत काळजीपूर्वक प्रत्येक कार्याचे निरीक्षण करत होती. कोणताही जीवाश्म तुटू नये, त्याला धक्का पोहोचू नये, याची ती काळजी घेत होती. छोट्या सुऱ्या आणि अत्यंत दर्जेदार साधने घेऊन मेरी आणि जेन तिथे हळुवारपणे उत्खनन करत होत्या. त्या जीवाश्मांचे दात, जबडे आणि कवट्यांचे अवशेष त्यांनी खूपच मेहनतीने काळजीपूर्वक बाहेर काढले. त्या दोघी अविरत काम करत होत्या.

लिकी हा एक उत्तम संशोधक तर होताच; पण त्याहीपेक्षा तो एक श्रेष्ठ शिक्षक होता. त्याच्या अभ्यासूवृत्तीचा जेनवर खूप प्रभाव पडला. तिला तो एक आदर्श संशोधक वाटत होता. लिकीला आपले मत योग्य शब्दांत आणि रंजक पद्धतीने मांडता येत होते. त्याच्या बोलण्यात एक विलक्षण शक्ती होती. त्याचा श्रोत्यांवर चटकन परिणाम होत असे. या सर्व गुणांमुळेच जेनने त्याला आपला आदर्श मानले होते.

या संपूर्ण उत्खननाच्या प्रक्रियेत जेनची प्राणी, जीवाश्म आणि त्यांच्या उत्पत्ती याबाबतची रुची वाढतच होती. प्राणिजगताचा विकास व उत्क्रांती कशी झाली? प्राणी आणि मानवजात यांच्यात परस्परसंबंध का आहेत? माणसाची उत्पत्ती कशी झाली? प्राणिजगताचा आणि मानवाच्या उत्पत्तीचा मिलनबिंदू कोणता? प्राण्यांचे जग कोठे संपतो च त्या बिंदूपासून माणूस कसा निर्माण होतो, हे सर्व जाणून घेण्यासाठी अधिक सखोल आणि प्रदीर्घ संशोधनाची गरज आहे असे तिला मनापासून जाणवले.

४

लिकी हा हाडाचा संशोधक होता. त्याला मानवाच्या उत्पत्तीचे कोडे सोडवायचे होते. एका विशिष्ट प्रकारच्या माकडांपासून मानवाची उत्पत्ती झाली, असे त्याला मनापासून वाटत होते. त्यासाठी ओरांग ओटांग, चिंपांझी, गोरिला या तिन्ही माकडाच्या जातींचा सखोल अभ्यास करण्याची गरज त्याला वाटत होती.

खरे तर या माकडांच्या प्रजाती विशेषत्वाने आफ्रिकेत आढळतात. त्यापैकी चिंपांझी हे अतिविशिष्ट प्रकारचे माकड केवळ आफ्रिकेतच आढळते. आफ्रिकेच्या पश्चिम किनाऱ्यापासून तर पूर्वेला युगांडा, टांझानिका सरोवराच्या किनारपट्टीवर आणि त्या लगतच्या पर्वतराजीवरदेखील चिंपांझी आढळतात. त्यांना Pan Troglodytes, Schweinfurthii हे शास्त्रीय नाव आहे. चिंपांझी हा लांब केसाळ प्राणी आहे.

चिंपांझी हेच मानवाचे पूर्वज आहेत, असे लिकीला ठामपणे वाटत होते. परंतु हे सिद्ध करण्यासाठी आवश्यक अद्ययावत साधने, तंत्रज्ञान प्रयोगशाळा लिकीपाशी नव्हत्या. त्या काळात आवश्यक साधनांअभावी संशोधन करणे केवळ अशक्यच होते. दुसरे महत्त्वाचे कारण, त्या काळात पुरातत्त्वशास्त्र, मानववंशशास्त्र, आणि जेनेटिक्स या शास्त्रांचा पुरेसा विकासही झाला नव्हता.

लिकीला या सर्व मर्यादांची जाणीव होती. आणि म्हणून त्याच्या मनात असूनसुद्धा त्याने चिंपांझीचा अभ्यास करण्याचे टाळले. याच वेळी त्याला त्याच्या दुसऱ्या अभ्यासाची, संशोधनाच्या पूर्ततेची आवश्यकता अधिक महत्त्वाची वाटत होती. त्यामुळे चिंपांझीबाबतचे संशोधन त्याने नंतर हाती घ्यावयाचा विषय म्हणून सोडून दिला. त्या काळात आदर्श संशोधन पद्धतीच्या मार्गदर्शक सूचना (स्टँडर्ड ऑपरेटिंग प्रोसिजर)देखील निश्चित झाल्या नव्हत्या. त्यामुळे प्रत्येक संशोधक आपल्या पद्धतीने व विचारांनुसार संशोधन करत असे. चिंपांझीबाबतचे संशोधन हे वेळखाऊ आणि

कष्टाचे असून अशा परिस्थितीत केवळ एकच व्यक्ती हे काम अत्यंत समर्थपणे आणि योग्य प्रकारे करू शकेल असे लिकीला वाटत होते. त्यासाठी जेन गुडाल हेच नाव योग्य होते. त्या दृष्टीने त्याने आपली योजना व पूर्वतयारी सुरू केली.

५

जेनला आफ्रिकेतील आपले वास्तव्य खूपच समाधानकारक वाटत होते. सतत वेगवेगळ्या उत्खननाच्या जागांवर जाऊन वेगवेगळी निरीक्षणे करणे तिला मनापासून आवडत होते. परंतु एक दिवस ते काम संपले आणि तिला पुन्हा नैरोबीला परतावे लागले. संग्रहालयातील आपले काम तिला कंटाळवाणे आणि रटाळ वाटत होते. त्या कामापेक्षा पुन्हा एकदा आपण उत्खननाच्या जागी जावे, जंगलात जावे आणि नवीन काहीतरी करावे असे तिला राहून-राहून वाटत होते.

एक दिवस ती लिकीच्या कार्यालयात गेली आणि आपले मनोगत तिने स्पष्ट शब्दांत सांगितले. त्या वेळी लिकी आणि जेन यांच्यात झालेला संवाद पुढे नमूद केला आहे :

'Louis, I wish you wouldnot keep talking about it (the filed study) because that is just what I want to do.'
'Jane,' he (Louis) replied, 'I have been waiting for you to tell me that why on earth did you think I talked about those Chipanzees to you.'

लुईसचे ते वाक्य ऐकताच जेनला धक्काच बसला. तिला अत्यंत आनंद झाला. पण त्याच वेळी लुईसने तिला काही महत्त्वाच्या गोष्टींची जाणीवही करून दिली—

"जेन, तुझ्यापाशी असाधारण क्षमता, जिद्द आणि काम करण्याची मानसिकता आहे. तुझा निर्धार आणि मनोभूमिका चांगला संशोधक होण्यासाठी अत्यंत उपयुक्त आहे. चिंपांझीचा अभ्यास करण्यासाठी तुझ्याइतका लायक दुसरा कोणी सध्यातरी मला आढळला नाही.

'मात्र, या प्रकल्पाला सुरुवात करण्यासाठी मोठ्या पूर्वतयारीची गरज आहे. त्यासाठी पैसा, साहित्य हवे, सरकारची अनुमती हवी, योग्य ती साधने आणि मनुष्यबळ हवे. हे सर्व करायला काही महिने किंवा वर्षांचा कालावधी लागेल. दुसरी बाब, या कामासाठी केवळ उत्साह असून भागणार नाही, तर पर्याप्त ज्ञान, कौशल्य व प्रशिक्षणसुद्धा हवे.'

अर्थात, जेनने प्राणिशास्त्राचे कोणतेही पूर्वशिक्षण व औपचारिक पदवी प्राप्त केली नव्हती, ही बाब लिकीने तिच्या लक्षात आणून दिली. त्याने तिला एक मार्ग सांगितला. तिने प्राणिशास्त्रविषयक औपचारिक शिक्षण घ्यावे. त्यासाठी केनिया ही योग्य जागा नसून तिने आपले शिक्षण इंग्लंडला जाऊन पूर्ण करावे. त्यातच तिचे हित आहे, असे पटवून दिले. त्यातूनच मोठ्या आणि दर्जेदार संशोधनाची स्वप्नपूर्ती होणार होती.

●●●

चिंपांझीचे अनोखे विश्व

१

पुढील अध्ययन आणि संशोधन यासाठी इंग्लंडला जाण्यासाठी लिकी यांनी जेनला प्रोत्साहित केले खरे; परंतु तेवढ्यानेच हा प्रश्न सुटणार नव्हता. कारण चिंपांझींवरचे संशोधन करण्यासाठी इतर काही महत्त्वाच्या गोष्टींची गरज होती. त्यासाठी पूर्वतयारी करणे, संशोधनासाठी निधी मिळवणे अत्यंत अवघड होते. शिवाय, केनियन सरकारची या संशोधनासाठी अनुमती मिळवणे अधिक कठीण होते. प्रत्यक्ष माहिती संकलनासाठी निरीक्षणे व अध्ययनासाठी क्षेत्र-अभ्यास (फिल्ड स्टडी) यासाठी त्या जागेवर जाऊनच संशोधन करणे अत्यंत आवश्यक होते.

अनेक समस्या आणि विवंचनांमुळे जेन खरोखरच आपले संशोधन करू शकेल काय, हा लिकीपुढे मोठा प्रश्नच होता. मात्र, हे संशोधन जेननेच पूर्ण करावे, असेही त्याला मनापासून वाटत होते. त्यासाठी त्याने अनेक संस्था, श्रीमंत मंडळी आणि ट्रस्ट यांना आवाहन केले.

या अभ्यासासाठी त्याने एका नवीन आदर्श क्षेत्राची–गोम्बे चिंपांझी राष्ट्रीय उद्यान टांगानिकाची निवड केली होती. हे राष्ट्रीय उद्यान टांगानिका सरोवरालगत होते. आज टांगानिकाचेच नाव टांझानिया आहे. टांगानिका देश हा पहिल्या महायुद्धापर्यंत जर्मनीची वसाहत होती. महायुद्धानंतर ही ब्रिटिश वसाहत झाली. केनियाबरोबरच त्यालाही

स्वातंत्र्य प्राप्त झाले होते. तरीदेखील टांगानिका ब्रिटिश सरकारच्या मार्गदर्शनाचा लाभ घेत होता.

टांगानिकाच्या गोम्बे क्षेत्रात संशोधन-अभ्यासासाठी जेनला अनुमती मिळावी यासाठी लिकीने जाऊफ्री ब्राउनिंग यांना साहाय्याचे आवाहन केले. त्या वेळी ब्राउनिंग हे टांगानिकाच्या पश्चिम प्रांताची राजधानी किगोगाचे मुख्याधिकारी होते. सुरुवातीला ब्राउनिंग यासाठी तयार झाले नाहीत. त्यांनी या पत्राचे उत्तर देण्याचेच टाळले. कारण स्त्रियांनी गोम्बे येथे जाऊन संशोधन करावे ही कल्पनाच त्यांना वेड्यासारखी वाटली. त्यात मोठी जोखीम होती. जेनसोबत आणखी कोणी जबाबदार व्यक्ती असेल तरच अनुमती मिळू शकली असती. परंतु या प्रदीर्घ कालावधीच्या संशोधनासाठी जेनला सोबत मिळणे अत्यंत कठीण होते. एक प्रकारे हा प्रकल्प सोडून देणे भाग होते. परंतु 'जहाँ चाह, वहाँ राह' या म्हणीचा प्रत्यय त्यांना आला. जेनची आई व्हेने यासाठी तयार झाली. आपल्या लेकीबरोबर आपण त्या निबीड अरण्यात राहायला तयार आहोत, असे तिने सहजपणे; पण निर्धाराने सांगितले.

लिकीला या संशोधनकार्यासाठी अनुमती मिळाली असली तरी इतर अडचणी कायम होत्याच. त्याला स्वतःच्याच या निर्णयाबाबत थोडा संदेह होता. त्याचे मित्र त्याला विक्षिप्त आणि लहरी मानत होते. त्यांना हा निर्णय लिकीने वेडाच्या भरात घेतला असावा, असे वाटत होते. एवढ्या मोठ्या आणि जटिल प्रकल्पासाठी अवघ्या एक-दोन व्यक्तींचा चमू कसे काय यश प्राप्त करेल, हाच प्रश्न होता.

त्यातच जेनसारख्या नवख्या आणि पूर्णतः व्यक्तिवादी संशोधकाची निवड हा अनेकांना वेडेपणाच वाटत होता. अनेक संशोधक व अभ्यासू शिक्षणतज्ज्ञांना हा निर्णय आत्मघातकी आणि शुद्ध मूर्खपणाचा वाटत होता.

एका २६ वर्षांच्या अत्यंत अपरिपक्व आणि अननुभवी मुलीवर ही जबाबदारी सोपवणे त्यांना अयोग्य वाटत होते. त्यातच जेनला पर्याप्त प्रशिक्षण मिळाले नव्हते. तिचा संशोधनविषयक अनुभव आणि ज्ञानदेखील यथातथाच होते. जी या क्षेत्राशी परिचित नाही, जिला आवश्यक अनुभव, तसेच अंतर्दृष्टी नाही, अशा व्यक्तीची या अवघड प्रकल्पासाठी नियुक्ती करणे सर्वांनाच वेडेपणाचे वाटत होते. अनेकांनी लिकीवर जाहीर टीकादेखील केली.

आपल्या निर्णयावर लोक टीका करतील, आपली चेष्टा करतील, याची लिकीला पूर्ण जाणीव होती. तो अशा प्रकारच्या टीकेला आणि विरोधाला तोंड देण्यासाठी तयार होता, कारण त्याचा जेनवर पूर्ण विश्वास होता.

१९५८च्या डिसेंबरमध्ये जेन आणि तिची आई इंग्लंडला आल्या. जेनने लंडन येथे आपल्या अभ्यासाला आणि संशोधनाच्या पूर्वतयारीला प्रारंभ केला. त्या वेळी ती आपली बहीण ज्युडी आणि आईसोबत राहत असे. त्या काळात चिंपांझीविषयक जे साहित्य वाचायला मिळाले, ते सर्व तिने लक्षपूर्वक वाचून काढले. माकड, आदिमानव आणि मानवाच्या शरीररचनाशास्त्रावरील अनेक पुस्तके वाचल्यावर, तिने प्रत्यक्ष त्यांची ओळख व्हावी यासाठी काही इस्पितळांत जाऊन शरीररचनाशास्त्राचे प्रात्यक्षिक धडे घेतले. प्राणी कसे वागतात, तसेच त्यांची स्वभाववैशिष्ट्ये समजून घेण्यासाठी ती रिजंट पार्क लंडन येथील प्राणिसंग्रहालयात अभ्यासासाठी जाऊ लागली. या प्राणिसंग्रहालयाच्या संरक्षकाचे साहाय्यक म्हणून तिने पूर्वी काम केले होते. त्यामुळे पिंजऱ्यातील चिंपांझी व गोरिला यांना अत्यंत जवळून पाहण्याची संधी तिला मिळाली. आपले संशोधन परिपूर्ण व सर्वस्पर्शी व्हावे यासाठी तिने प्राणिशास्त्र आणि मानववंशशास्त्र यांचा खूपच सखोल अभ्यास सुरू केला. जॉन नेपिअर आणि रॉयल फ्री हॉस्पिटलमध्ये तिने प्रात्यक्षिकांचे धडे घेतले.

आपला चिंपांझीवरचा अभ्यास अधिक सखोल व्हावा यासाठी तिने लंडनमधील सर्व ग्रंथालयातील पुस्तके वाचण्याचा सपाटा लावला.

या सर्व अध्ययनाचे योग्य संपादन व संकलन करण्यासाठी विविध प्रकारच्या तंत्रांची गरज आहे, याची तिला जाणीव होती. त्यासाठी तिने फोटोग्राफीचा व्यवस्थितपणे अभ्यास केला. त्यासोबतच तिने ग्रेनाडा या प्रख्यात फिल्म कंपनीसाठी तसेच झू टेलिव्हीजनसाठी काम केले. काही प्राणिविषयक चित्रपट व लघुपटदेखील केले.

याच काळात तिने चिंपांझीवर जंगलात जाऊन प्रत्यक्ष अध्ययन केलेल्या काही संशोधकांचे अभ्यास व संशोधनपर लेख वाचले. त्यातील संशोधकांचे अनुभव व कार्यपद्धती तिला विलक्षण धक्कादायक वाटल्या. कारण अभ्यास पूर्ण करण्यासाठी त्यांनी अनेक चिंपांझीची व गोरिलाची हत्या केली. त्या निर्मम हत्या करताना त्यांना त्यात काहीच गैर वाटले नाही. त्यांच्यावर अनन्वित अत्याचार करण्यात येत असत.

प्राणिसंग्रहालयात ठेवण्यात आलेल्या चिंपांझींचे पिंजरे अतिशय लहान असत. त्यांच्या खाण्यापिण्याची फार आबाळ होत असे. योग्य वातावरणाअभावी हे चिंपांझी कुढत बसत. घाबरून एका कोपऱ्यात लपून बसत आणि आपली नखे कुरतडत ते आपले जीवन कंठत. त्यापैकी अनेकांचा फार लवकर मृत्यू होत असे. त्या भयावह आणि अमानुष वातावरणाचा जेनला खूपच तिटकारा आला. मानवाच्या या अमानुष वर्तनाबद्दल तिच्या मनात संताप निर्माण झाला. वन्य प्राण्यांनासुद्धा जीवन जगण्याचा,

स्वातंत्र्याचा अधिकार आहे, त्यांच्यावर अन्याय करण्याचा माणसाला कोणताच अधिकार नाही, असे तिला ठामपणे वाटत होते. या सर्वच गोष्टींचा परिणाम तिच्या संशोधनावर आणि प्राण्यांविषयींच्या दृष्टिकोनावर झाला.

२

जेनच्या संशोधनाचा आवाका समजावून घेण्यासाठी आपल्याला 'एप' (प्रारंभिक माकडांच्या प्रजाती) नावाच्या माकडांचा पूर्वेतिहास समजून घेतला पाहिजे. 'एप' हा शब्द प्रथमतः ग्रीक तत्त्वज्ञ ऑरिस्टॉटल याने वापरला होता. ऑरिस्टॉटलच्या काळात आणि त्यानंतरही कित्येक शतके मोठ्या आकाराच्या माकडांबद्दल अनेक दंतकथा आणि ऐकीव माहितीवरील गोष्टी चलनात होत्या. अरेबियन नाईट्ससारख्या पुस्तकात (विशेषतः सिंदबादच्या सफरीच्या गोष्टी) अनेक गोष्टींमध्ये 'बबून' हा शब्द मानवसदृश मोठ्या आकाराच्या माकडांसाठी वापरला होता. त्याच्या सवयी व वर्तनसुद्धा माणसांसारखेच होते. अर्धमानव व अर्धमाकड अशा प्राण्यांच्या अनेक गोष्टी अनेक लोककथांमधून सांगितल्या जातात.

युरोपातील लोकांनी अशा प्रकारच्या अर्धमानव-अर्धमर्कट प्राण्यांबद्दल ऐकले होते, तरी त्यांचा पहिला परिचय हॉलंडमधील राजाच्या दरबारात आणलेल्या एका चिंपांझीमुळे १६४०मध्ये झाला. परंतु त्याचा फारसा शास्त्रीय अभ्यास झाला नाही. त्यानंतर ४० वर्षांनी इंग्रज डॉक्टर व शास्त्रज्ञ एडवर्ड टायसन यांनी प्रथमतःच चिंपांझीचे योग्य अध्ययन केले. यापूर्वी चिंपांझीविषयी युरोपीय समाजाला फारसे ज्ञान नव्हते. टायसनला चिंपांझी हा मध्य आफ्रिकेतील पिग्मी नावाच्या जमातीशी साधर्म्य ठेवणारा वाटला. पिग्मी जमातीचे लोक अत्यंत बुटके असतात. वरवर पाहता त्यांच्यात व चिंपांझीत बरेच साधर्म्यसुद्धा होते. टायसनला चिंपांझी हा पिग्मीचा पूर्वज आणि माकड व आधुनिक मानव यांच्यातील दुवा वाटला.

'चिंपांझी' या शब्दाचा प्रथम उल्लेख १७३८मध्ये लंडनमधील *लंडन टाइम्स* वृत्तपत्रात करण्यात आला. या मानवसदृश प्राण्याला अंगोलातील लोक चिंपांझी असे म्हणतात, असे त्यात नमूद केले होते.

चिंपांझीच्या मानवसदृश रूपामुळे त्याच्या साध्या, लाजाळू आणि माणसासारख्या वर्तनामुळे त्याला युरोपीय लोकांनी स्वीकारले, त्याला प्राणिसंग्रहालयात मानाचे स्थान

मिळाले. त्याचा शास्त्रीय अभ्यास मात्र झाला नाही. कारण चिंपांझी हा समाजशील व मनोरंजनाचे करमणुकीचे साधन म्हणूनच ओळखला जात होता.

३

चिंपांझींकडे केवळ मनोरंजन आणि प्राणिसंग्रहालयातील एक आगळावेगळा प्राणी म्हणून पाहण्यात जवळजवळ एक शतकाचा काळ सहज निघून गेला. एकोणिसाव्या शतकात विविध शास्त्रीय विषयांची झपाट्याने प्रगती होऊ लागली. विवेकवाद, वस्तुनिष्ठ विचार आणि वैज्ञानिक दृष्टिकोन यांचा वेगाने प्रसार होऊ लागला. यापूर्वी केवळ भौतिक, रसायन व गणित या विषयांपुरता सीमित असणारा विज्ञानाचा अभ्यास अधिक व्यापक झाला.

प्राणिशास्त्र, वनस्पतिशास्त्र यांसारख्या निसर्गविषयक शास्त्रांच्या अध्ययनाला विशेष गती आली. त्यातच एक मोठा बदल घडवून आणणारा प्रामाणिक विचार, विश्वास आणि मान्यतांना धक्का देणारा सिद्धान्त लवकरच समाजापुढे येणार होता.

त्या काळात इंग्लंडमध्ये अध्ययन करणाऱ्या एका २२ वर्षांच्या युवकाला प्राणी आणि वनस्पतिविषयक अभ्यासात विशेष रुची होती; त्याचे नाव होते चार्ल्स डार्विन.

डार्विन आपल्या अध्ययनासाठी एच.एम.एस. बिएल या जहाजाने जगाच्या सफरीवर निघाला. त्याच्या या सफरीचा उद्देश मानवी उत्पत्तीचा व निर्मितीचा शोध घेणे हा होता. डार्विनने पाच वर्षे सतत भ्रमण केले. त्याने आपल्या या सफरीला एका शास्त्रीय आणि विवेचक अभ्यासाचे स्वरूप दिले. त्याच्या अभ्यासात त्याला अनेक आश्चर्यजनक आणि मोलाच्या माहितीचा शोध लागला. विविध प्रकारच्या जीवाश्मांचा अभ्यास केल्यावर काही महत्त्वाच्या गोष्टी त्याच्या लक्षात आल्या.

डार्विनच्या समकालीन अनेक विचारवंताप्रमाणेच त्यालासुद्धा असे वाटत होते की, मानवी जीवन लक्षावधी वर्षांच्या उत्क्रांतीचा परिपाक आहे. पृथ्वीवरील जीवसृष्टी निरंतर व

चिंपांझी

सातत्यपूर्ण उत्क्रांतीचा परिणाम आहे. मानवाचे व इतर अनेक जिवांचे पूर्वज काही निवडक जीवसमूह (स्पेसीज) होते. मानवाच्या उत्क्रांतीचा हा एक वादग्रस्त सिद्धान्त आहे, असे त्या काळी मानले जात होते.

डार्विन पाच वर्षे आपल्या जहाजावरून अनेक बेटांवरून व किनाऱ्यांवरून भ्रमण करत राहिला. प्रशांत महासागरातील गेलॉपॅगोस बेटांच्या समूहाचा अभ्यास केल्यावर डार्विनने काही महत्त्वपूर्ण सिद्धान्त मांडले.

काही महत्त्वाच्या गोष्टी त्याच्या लक्षात आल्या :

१. नष्ट झालेल्या अनेक प्रागैतिहासिक प्राण्यांचे जीवाश्म आणि आधुनिक काळातील उपलब्ध अनेक प्राण्यांच्या स्वरूपात बरेचसे साधर्म्य आहे.

२. पॅसिफिक समुद्रातील विविध बेटांवर आढळणाऱ्या प्राणी व वनस्पती यांच्या जाती आणि दक्षिण अमेरिकेतील आढळणाऱ्या प्राणिजीवनात बरेचसे साधर्म्य आहे.

डार्विनने वनस्पती व प्राणिजीवनातील साम्य व फरक याविषयीचा आपला अभ्यास अत्यंत नेटाने सुरू ठेवला.

१८३६मध्ये डार्विन इंग्लंडला परत आला. त्याने आपली निरीक्षणे व अध्ययनात प्राप्त झालेले पुरावे यांची योग्य पद्धतीने शास्त्रीय मांडणी केली. त्यानंतर त्याचा *The origins of species by means of Natural Selection* किंवा *Prevention of Favoured Races in the Struggle for Life* हा ग्रंथ १८५९मध्ये प्रकाशित केला.

डार्विनने मांडलेले सिद्धान्त पुढीलप्रमाणे होते :

१. पृथ्वीवरील जिवांची उत्पत्ती अत्यंत मंद गतीने आणि उत्क्रांतीच्या पद्धतीने झाली. या उत्क्रांतीच्या प्रक्रियेला लक्षावधी वर्षांचा काळ लागला.

२. जिवांची ही उत्पत्ती नैसर्गिक निवडीच्या पद्धतीने झाली. या पद्धतीत प्रत्येक जिवांच्या जातीतील सशक्त व प्रबळ जाती पुढे विकसित झाल्या; आणि अशक्त व कमकुवत प्राणी व जीव काळाच्या ओघात विनाश पावले.

३. डार्विनने पुढे असे मांडले की, आज पृथ्वीवर दिसणाऱ्या अनेक प्राणिजीवांचा प्रारंभ एकाच प्रकारच्या जीवन स्वरूपातून झाला आणि त्यानंतर विशेषीकरणाच्या (Specialization) प्रक्रियेतून त्यांचा विकास झाला. यातूनच आजचे आधुनिक जीवन उदयास आले.

४. जीवनाची ही निवड निसर्गाने उद्देशविरहीत (Random) सहजगत्या केली आहे.

५. जे जीव आणि प्राणी निसर्गाला आणि पर्यावरणाला समजून घेतात; तसेच ज्यांच्यामध्ये या पर्यावरणात टिकून राहण्याची, त्याला आत्मसात करण्याची क्षमता असते, तेच जीव दीर्घ काळ टिकून राहतात. बाकीचे काळाच्या ओघात नष्ट होतात.

४

डार्विनच्या लेखनाने आणि सिद्धान्तांनी जगभर खळबळ माजली. त्याच्या *Origin of Species* या ग्रंथात मानवाच्या आणि जीवनाच्या उत्पत्तीबाबत अनेक नवीन सिद्धान्त मांडले होते. प्रचलित संकल्पना व विश्वास आणि धर्मश्रद्धा यांना त्याने धक्काच दिला.

त्याच्या या अध्ययनातून ग्रेट एप्स (महामाकड) आणि त्याचा मानवाशी असणारा संबंध यावर पुनर्विचार होऊ लागला. उत्क्रांतीच्या या वटवृक्षातील मानव ही एक अतिविकसित शाखा आहे, असे डार्विनला वाटत होते. चिंपांझी आणि माणूस यांचा अत्यंत नजीकचा संबंध असून त्यांचा पूर्वज एकच आहे, असे डार्विनला वाटत होते. परंतु यासंबंधीचा त्याला खात्रीलायक पुरावा देता आला नाही.

माकडाचे वर्तन, समाजशास्त्र, सामूहिक वर्तन, परस्परांशी संबंध, शिकण्याची व वागण्याची पद्धत यांचा मानवी वर्तनाशी नजीकचा संबंध आहे, असे आता सिद्ध झाले आहे. विविध सामाजिक व भिन्न-भिन्न पर्यावरणाच्या परिस्थितीतदेखील माकडे स्वतःला सामावून घेतात, त्यांना विविध प्रतिकूल पर्यावरणाशी जुळवून घेता येते. त्यामुळे ते बदलत्या वातावरणातदेखील स्वतःचे संरक्षण व संवर्धन करू शकतात.

माकडांच्या काही जमाती मानवाप्रमाणे वर्तन करू शकतात. त्यांचे हात, पाय, मान यांची मानवासारखीच हालचाल करू शकतात. त्यांच्या मेंदूचा विकास इतर कोणत्याही प्राण्यांपेक्षा अधिक वेगाने झाला आणि तो त्यांच्या शारीरिक विकासापेक्षा अधिक गतीनेही झाला.

५

डार्विनच्या सिद्धान्तांनी एक नवा विचार आणि नवीन संकल्पनांचा जणू प्रवाहच वाहता झाला. मानव, माकड आणि निसर्ग यांच्यातील परस्परसंबंधांवर गंभीरपणे व नव्या दृष्टिकोनातून अभ्यास सुरू झाला.

डार्विनचा उत्क्रांतीचा सिद्धान्त

१८६३मध्ये थॉमस हेन्री हक्सले यांच्या *Mans Place in Nature* या पुस्तकात डार्विनचा मानवाच्या उत्क्रांतीबाबत सिद्धान्त आणि त्यात असणाऱ्या माकडांच्या संबंधाचा विचार करण्यात आला होता. या पुस्तकाने शास्त्रीय अभ्यासाला चालना दिली.

डार्विनच्या पुस्तकानंतर ३० वर्षांनी आर लिओ गार्डनर यांनी पश्चिम आफ्रिकेत जाऊन चिंपांझींवर संशोधन सुरू केले. त्यासाठी त्यांनी चिंपांझींना एका पिंजऱ्यात ठेवून आणि नंतर चिंपांझींसोबत जंगलात राहून सखोल अभ्यास केला, परंतु त्यांच्या अभ्यासात अनेक त्रुटी असल्याचे लक्षात आले. त्यातील अनेक विधाने पुराव्याशिवाय केली होती आणि अंतिम निर्णयांपर्यंत नेऊन पोहोचवलेली होती.

जर्मनीतील प्रशियन अॅकेडमी ऑफ सायन्सेसने १९३२मध्ये चिंपांझींचा सखोल अभ्यास करण्याचे योजिले. त्यासाठी कॅनरी बेटांवर एक स्वतंत्र अध्ययन केंद्र स्थापन केले. वुल्फगँग कोहलर यांनी चिंपांझींवर पहिला संपूर्ण शास्त्रशुद्ध अभ्यास पूर्ण केला. त्याने चिंपांझीचा व मानवाच्या क्षमता व बुद्धिमत्तांचा तुलनात्मक अभ्यास केला. त्यांच्या विचारशैलीतील भिन्नता स्पष्ट केली. कोहलरचे संशोधन 'The Mentality of Apes' या नावाने १९२५मध्ये प्रकाशित झाले.

याच काळात रशियात नादी कोहलर या मास्कोमधील शास्त्रज्ञाने चिंपांझींवरचा अभ्यास पूर्ण केला. त्याने 'आमोनी' नावाच्या चिंपांझीचा जवळपास तीन वर्षे अत्यंत सखोल अभ्यास केला. त्यावर आधारित अनेक संशोधनपर लेख त्याने प्रकाशित केले. मानवाचे आणि चिंपांझींचे वर्तन काही प्रमाणात समान असते. लहान मुलांच्या

व चिंपांझींच्या वर्तनात बरेच साम्य असून, त्यांच्या विचारक्षमतेत आणि शैलीत बरेच साम्य असल्याचे लक्षात झाले.

याच काळात अमेरिकन शास्त्रज्ञ रॉबर्ट पर्कनेदेखील आपले संशोधन प्रकाशित केले. यानंतर चिंपांझींवर सातत्याने संशोधन सुरू राहिले. दुसऱ्या महायुद्धाच्या काळात या अभ्यासाला एक प्रकारे खीळ बसली. आणि मग या अभ्यासाला चालना मिळाली ती जेन गुडालच्या अभ्यासानेच!

६

कोहलर आणि पर्क यांनी चिंपांझींचा विविध प्रकारे आणि वेगवेगळ्या अंगाने अभ्यास केला. त्यांचे अभ्यास विशेषत्वाने 'चिंपांझी विचार कसे करतात' आणि 'त्यांच्या वैचारिक प्रेरणा कशातून उत्पन्न होतात' याबाबतचे होते. कोहलरच्या मते, चिंपांझी सर्वसाधारण मानवाप्रमाणेच आपल्या बुद्धिमत्तेचा वापर करतात. विशेषत: मनुष्यप्राणी ठराविक पर्यावरणात आणि परिस्थितीत ज्या साधारण प्रतिक्रिया देतो, तशाच प्रतिक्रिया चिंपांझीदेखील व्यक्त करतात.

पर्कने १९४३मध्ये चिंपांझींवर अनेक प्रयोग केले. विशेषत: त्यांचा रंग, आकार आणि स्वरूप ओळखण्याच्या क्षमतेबाबत विविध प्रयोग केले. त्यातून चिंपांझींच्या ज्ञानाच्या आकलनक्षमतांचा विशेष अभ्यास करता आला.

या सर्व अभ्यासांचे महत्त्व अत्यंत लक्षवेधी स्वरूपाचे होते. यांपैकी बरेचसे अभ्यास एका बंदिस्त वातावरणात करण्यात आले होते. परिणामत: एका खुल्या स्वतंत्र आणि पूर्णपणे नैसर्गिक वातावरणात अभ्यास केल्याशिवाय चिंपांझींचे वास्तविक जग आणि त्यांचे नैसर्गिक वागणे याबद्दल पूर्ण खुलासा होणार नव्हता. जेनला त्या प्रकारचा मूलभूत अभ्यास करण्याची इच्छा होती. पण नियतीच्या मनात काय आहे, हे अद्याप स्पष्ट व्हावयाचे होते.

७

इंग्लंडमध्ये अत्यंत मन लावून जेनचा अभ्यास व वाचन चालू होते. त्याच वेळी रॉबर्ट यंग नावाच्या एका तरुण कलाकाराचा आणि तिचा परिचय झाला. या परिचयाची परिणती लवकरच प्रेमात झाली. यंग आणि जेन यांच्या विवाहासाठी तिच्या आईने

आनंदाने संमतीसुद्धा दिली. १३ मे १९६० रोजी वाङ्निश्चयाचा कार्यक्रमसुद्धा साजरा झाला. लवकरच विवाहवेदीवर जेन आणि रॉबर्ट उभे राहणार होते.

नेमके त्याच वेळी जेनला लिकीचे पत्र मिळाले. 'तिने लवकरात लवकर केनियाला यावे. तिला पैसा, परवानगी आणि साधने या सर्व गोष्टी उपलब्ध करून दिल्या आहेत. तिने लवकरात लवकर आपले संशोधन सुरू करावे,' असा पत्रातला मजकूर होता.

ते पत्र पाहताच जेनच्या आनंदाला पारावार राहिला नाही. आपण आता लवकरात लवकर केनियाला जावे असे तिला मनापासून वाटत होते. टांगानिका टेरिटरी गेम प्रिझर्वेशन डिपार्टमेंटची परवानगी असणारे पत्र तिने अनेक वेळा वाचले. प्रत्येक वेळी तिचा निर्धार अधिक दृढ होत होता.

अखेर लग्नाचा विचार मागे टाकून तिने केनियाला जाण्याचे ठरवले. हा निर्णय अत्यंत कठोर आणि मनस्ताप देणारा होता. परिणामी, लग्न मोडले. आता कोणतेही बंधन, कोणतेही पाश तिला थांबवणार नव्हते.

३१ मे १९६० रोजी जेन आणि तिची आई नैरोबीला जाणाऱ्या विमानात आसनस्थ झाल्या. जेनच्या जीवनाला एक वेगळे वळण लागले. त्या वनांमध्ये, निबीड जंगलामध्ये तिचे मन रमले होते. तिचे जीवनसर्वस्व होते तिथे! जेन परतली होती, एका नव्या अनोख्या जगाच्या शोधात...!

●●●

गोम्बेचे अनोखे जग

१

३१ मे १९६० हा दिवस जेनच्या आयुष्यातील सर्वांत अविस्मरणीय दिवस! त्या दिवशी ती तिच्या आईसोबत केनियाच्या नैरोबी विमानतळावर उतरली. त्यांना घ्यायला लुईस लिकी स्वतः गेले होते. त्यांनी दोघींचे स्वागत केले; परंतु निर्धारित कार्यक्रमाप्रमाणे टांगानिकाला जाता येणार नाही, असे त्याने स्पष्ट सांगितले. टांगानिकात अशांतता असल्याने हा कार्यक्रम पुढे ढकलण्यात आला होता. अर्थात, त्याचा जेनच्या निर्धारावर व उत्साहावर फारसा परिणाम झाला नाही.

टांगानिकाला जाण्याचा कार्यक्रम काही दिवस पुढे ढकलला असला तरी जेन स्वस्थ बसली नव्हती. तिने लिकीच्या मदतीने जवळच्याच एका छोट्या बेटावर आपला मुक्काम हलवला. तिथे तिला माकडांच्या सहवासात आपला वेळ घालवता आला. त्यांचे पहिल्यांदाच अगदी जवळून निरीक्षण करण्याची संधी तिला मिळाली. हा तिच्याकरिता एक महत्त्वाचा अनुभव होता. तिचा वन्यजीवनाशी पहिला आणि महत्त्वाचा संपर्क येथूनच आला. हा सरावाचा कालावधी तिला विशेष महत्त्वाचा वाटला.

गोम्बेला जाण्यासाठी आधी किगोमा नावाच्या ठिकाणी जावे लागत असे. नैरोबी ते किगोमा हा प्रवास अत्यंत खडतर आणि कष्टाचा होता. ते अंतर जवळपास ८०० मैलांचे होते. या मार्गात अनेक अडचणी, अडथळे आणि आव्हाने उभी होती. अत्यंत

त्रासदायक व तापदायक माश्या, डास, कीटक आणि बारीक जीवजंतू यांचा उपसर्ग हा सर्वांत मोठा धोका होता. हे किटाणू चावल्यास माणसाला निद्रानाशाचा रोग होतो, आजार लवकर बळावतो आणि त्यात माणसाचा मृत्यूदेखील होऊ शकतो. त्यामुळे या किटाणू व माश्या यांपासून जीव वाचवणे हे मोठे आव्हानच होते.

जेनचा प्रवास तिची आई, बर्नार्ट व्हटकोर्ट नावाची एक वनरगतिशास्त्रज्ञ आणि तिचा एक हरकाम्या यांच्यासह सुरू झाला. तिथे रस्ते तर नावालासुद्धा नव्हते. सर्वत्र दलदल, चिखल आणि ओबडधोबड रस्ते, तसेच वाटेत ठिकठिकाणी पाणथळ जागा आणि विविध प्रकारची श्वापदे यांमुळे प्रवास अत्यंत धोकादायक होता.

या प्रवासासाठी जेनने एक लँडरोव्हर जातीची मोठी गाडी घेतली होती. परंतु मोठ्या प्रमाणावर घेतलेले खाद्यपदार्थ, संशोधनाचे साहित्य आणि उपकरणे यामुळे त्यात धड बसायलादेखील जागा नव्हती. किगोमाच्या निवासाच्या ठिकाणापासून अवघे २५ मैल अंतर उरले असताना एका नव्या संकटाची चाहूल त्यांना लागली. कारण हा सारा प्रांतच अशांतता, अस्वस्थता आणि अराजकता यांनी ग्रासलेला होता.

टांगानिका सरोवराच्या एका किनाऱ्यावर दंगेधोपे आणि हत्याकांड सुरू झाले. यापूर्वी, म्हणजे विसाव्या शतकाच्या प्रारंभी टांगानिका आणि कांगो हे देश बेल्जियमच्या ताब्यात होते. त्या वेळी बेल्जियमचा राजा लिओपाल्ड दुसरा हा कांगो देशाला स्वतःची खासगी रियासत समजत असे. कांगोमधील रबराच्या मळ्यातून त्याला मोठे उत्पन्न प्राप्त होत असे. त्यासाठी त्या भागातील स्थानिक रहिवाशांचे तो अनन्वित हाल करत असे. अत्याचारात त्याने काही लाख कांगोवासीयांची हत्या केली. अखेर बेल्जियम संसदेने आणि जगातील तथाकथित सुसंस्कृत (?) पाश्चिमात्य देशांनी त्यांच्यावर दबाव आणून त्यांची कांगोवरील सत्ता संपुष्टात आणली. त्यानंतर कांगो हा देश बेल्जियमची वसाहत झाला, सत्ताबदल झाला तरी कांगोवासीयांवरील अत्याचार संपले नाहीत.

एक गोष्ट मात्र झाली; कांगोवासीयांना स्वातंत्र्याची ओढ निर्माण झाली. ३० जून १९६० रोजी कांगोला स्वातंत्र्य मिळाले. बेल्जियमने त्यावरचा आपला ताबा सोडला. परंतु या स्वातंत्र्यप्राप्तीने कांगोवासीयांची समस्या सुटली नाही. स्वातंत्र्याच्या काही दिवसांनंतर तिथे राज्यक्रांती झाली. कांगोमध्ये असणाऱ्या बेल्जियन अधिकाऱ्यांना नवनिर्वाचित अध्यक्षांनी हद्दपार केले, पदच्युत केले. तेवढ्यानेही हा क्षोभ संपला नाही. या सत्तांतराच्या काळात हजारो बेल्जियन नागरिक, अधिकारी व इतर देशांतील गोरे व त्यांचे समर्थक यांची निर्घृणपणे हत्या करण्यात आली. त्यामुळे हजारो लोक किगोमाला

पळून आले. निर्वासितांच्या मोठ्या स्थलांतराने जेनच्या प्रस्तावित कार्याला मोठाच धक्का बसला.

जेन किगोमाला आली तेव्हा सर्वत्र अराजकतेचे राज्य होते. हॉटेल्स, दुकाने आणि सर्वच सुविधा देणाऱ्या कार्यालयांना टाळे लागले होते, रस्ते निर्मनुष्य झाले होते, सर्वत्र तणावपूर्व शांतता होती. जेनला एका खाणावळीत दोन खोल्या मिळाल्या; परंतु त्याच वेळी आलेल्या निर्वासितांच्या मोठ्या लोंढ्यामुळे तिला एका छोट्या अरुंद खोलीत आई व सामानासह राहावे लागले.

अशा विपरीत स्थितीतदेखील जेनने धीर सोडला नाही. तिने व तिच्या आईने स्थानिक लोकांना खाद्यपेये, ब्रेड व फळे देण्यास सुरुवात केली. जवळ असणारी काही औषधे देऊन त्यांची प्राथमिक शुश्रूषा करणे सुरू केले. त्यामुळे लवकरच स्थानिक रहिवाशांचा विश्वास त्यांना जिंकता आला.

आता त्यांच्याकडचे पैसे संपत आले होते. साहित्य आणि अन्नधान्याचा फडशा पडला होता. परंतु 'पुढे काय?' हा प्रश्न तसाच कायम होता. स्थानिक विभागीय नगरपाल त्यांना तिथून हलण्याचीदेखील परवानगी देण्यास तयार नव्हता. दिवसांमागून दिवस जात होते. परंतु काहीच घडत नव्हते. सर्वत्र अनिश्चितता आणि गोंधळाची अवस्था होती. जेनचा धीर आता सुटत चालला होता. गोम्बेला जाण्याची अनुमती नाही आणि किगोमाला सर्वत्र तणावाचे वातावरण... अशा परिस्थितीत काय करावे, हे तिला सुचत नव्हते.

अखेर जेनने गोम्बेला जाऊन संशोधन करण्याची आशा पूर्णपणे सोडून दिली. या दुदैंवी आणि निराशाजनक परिस्थितीपुढे तिने हार मानली. आपल्या प्रकल्पाचे भवितव्य तिला आता कळून चुकले होते. आपण नैरोबीला परतणेच योग्य आहे असे तिला मनापासून वाटत होते. तसे पत्र तिने लिकीला लिहिले. तिच्या आईलादेखील या त्रासदायक, अशांत वातावरणाचा विलक्षण उबग आला होता.

प्रत्यक्षात परीक्षा पाहणारी नियती जेनला वाटत होती तेवढी कठोर नव्हती. तिचा निर्धार, निश्चय व आपल्या कार्यावरील अढळ निष्ठा यापुढे नियतीला हार मानावी लागली. भाग्यदेवता प्रसन्न झाली. डेव्हिड ऑन्स्टे हा जेनच्या वतीने तेथील नावाडी व जिल्हाधिकारी यांना भेटायला गेलेला अधिकारी होता. त्याच्या शिष्टाईला यश आले होते. अखेर गोम्बे येथील विभागीय प्रमुखांनी जेनला तिथे येऊन संशोधन करण्याची अनुमती दिली.

१६ जुलै १९६० रोजी जेन तिची आई आणि आचारी साहाय्यक डोमिनिक यांना एका बोटीतून तिथे जाण्याची अनुमती मिळाली. जेनला अद्यापही स्वतःवर विश्वास नव्हता. पण बऱ्याचदा सत्य कल्पनेपेक्षा वेगळे आणि अधिक चमत्कारिक असते. वास्तवाची कल्पना कल्पनेतील वास्तवापेक्षा वेगळीच असते. ज्याचे रक्षण नियती करते, त्याचे भाग्य कोण बरे सांगू शकेल?

<h1 style="text-align:center">२</h1>

गोम्बेला जाण्याचे जेनचे स्वप्न आता पूर्णत्वाला आले होते. गोम्बे अद्यापही टांगानिका सरोवराच्या पूर्वेला असणारे एक दहा मैलांचे राखीव उद्यान होते. या उद्यानाच्या एका बाजूला खडकाळ आणि गारगोट्यांची एक चलत जणूकाही सीमारेषा म्हणून अवतरली होती. हा संपूर्ण परिसर पर्यावरणाच्या दृष्टीने पूर्णतः एका बाजूला पडलेला होता. त्याच्या आसपास मनुष्यवस्ती नावालादेखील नव्हती. या भागाला सर्वप्रथम जर्मन वसाहतवाद्यांनी संरक्षित उद्यान म्हणून मान्यता दिली होती. त्यानंतर तो भाग ब्रिटिशांच्या ताब्यात आला तरी त्याचे संरक्षित स्वरूप तसेच कायम राहिले.

डेव्हिड ऑन्स्टे नावाचे गृहस्थ उद्यानाचे संरक्षक होते. ऑन्स्टे व जेनच्या साहाय्यक डोमिनीक यांनी बेटाच्या बाह्य भागाला जेन व तिच्या आईसाठी तंबू आणि झोपड्या शाकारल्या. त्यांनी राखीव उद्यानाच्या कडेला राहावे, असे ऑन्स्टे यांनी आग्रहाने सांगितले. त्यांचा सल्ला अत्यंत योग्य असल्याचे नंतर जेनच्या लक्षात आले. कारण तो परिसर पूर्णतः निर्जन होता. त्यात विविध प्रकारचे प्राणी, श्वापदे राहत होते. त्यांच्यापासून काही इजा झाली तर जवळपास कोणतीही सुरक्षा व्यवस्था नव्हती.

गोम्बे राखीव उद्यानात आल्यावर पहिल्याच सायंकाळी जेन फिरायला गेली. त्या वेळी त्या बेटावरील प्रशांत वातावरण, विविध रंगांची फुले, नाना प्रकारची फळे, अनेकविध बहुरूपी वृक्ष पाहून तिचा स्वतःच्या डोळ्यांवर विश्वासच बसत नव्हता. त्यातच इकडेतिकडे आनंदाने बागडणाऱ्या खारी, ससे, चिवचिवाट करणारे रंगीबेरंगी पक्षी, झाडांमधून सहजपणे डोकावणारे मुंगूस, इकडेतिकडे धावणारी हरणे, आणि इतर लहानमोठे प्राणी पाहून तिला आनंदाने भरून आले. त्याच वेळी दूर कुठूनतरी तिला एप्सचा आणि गोरिलाचा भुभुःकार ऐकू आला. जेनला आपण नंदनवनातच आलो आहोत असे वाटायला लागले.

जेनला त्यानंतर रोज सकाळ-संध्याकाळ फिरायला जाण्याची संधी मिळू लागली. चालताना तिला ठिकठिकाणी झाडांच्या मागे लपलेले बबुन्स एप्स किंवा ओरंग दिसत होते. संपूर्ण राखीव उद्यानात १६० ते २०० चिंपांझी होते. परंतु अद्यापही जेनला ते दृष्टोत्पत्तीस पडले नव्हते.

जंगलात असणाऱ्या विविध प्राण्यांचा परिचय व्हावा यासाठी जेन प्रयत्न करत होती. त्यासाठी स्वतंत्रपणे व एकटे फिरण्यावर तिचा भर होता. परंतु तिला अद्यापही आपले संशोधन येथे योग्य प्रकारे होईल का, याबद्दल आत्मविश्वास नव्हता. त्यावर तिला ऑन्स्टे यांनी एक योग्य सल्ला दिला– 'स्थानिक लोकांशी परिचय करून घ्या. त्यांना आपल्या कार्यात सहभागी करून घ्या. त्यांच्याकडून तेथील परिसर व निसर्ग याची पूर्ण माहिती मिळवा. त्यातच तुमची सुरक्षा आणि हित आहे.' जेनला त्यांचा हा सल्ला योग्य वाटला आणि तिने तो अमलातदेखील आणला.

३

ऑन्स्टे यांना गोम्बे परिसराचा पूर्ण परिचय होता. त्या निबीड, निर्जन आणि भयावह भागात जेन आणि तिची आई फार काळ राहू शकतील असे त्यांना वाटत नव्हते. आपल्याला लवकरच त्यांना किगोमा येथे न्यावे लागेल असे त्यांना वाटत होते. त्यामुळे ते स्वतः तिथे काही दिवस राहिले. पण लवकरच जेन ही वेगळ्याच मुशीतून तयार झाल्याचे, तिच्या व्यक्तिमत्त्वाचे रसायन धाडस, निर्धार आणि ध्येयनिष्ठा यातून तयार झाल्याचे त्यांच्या लक्षात आले आणि ते निश्चिंत मनाने आपल्या कार्यालयात परत गेले.

ऑन्स्टे गेल्यावर दुसऱ्याच दिवशी जेन पहाटे साडेपाच वाजताच तयार झाली. तिने आपल्या मदतीसाठी राखीव अरण्यात काम करणारा ऑडाल्फ नावाचा एक कर्मचारी आणि रशिदी नावाचा एक स्थानिक व्यक्ती साहाय्यक म्हणून नियुक्त केले होते. पहाटेच्या वेळी त्या अरण्याच्या एका कडेला चिंपांझी येतात, असे तिला ऑडाल्फने सांगितले होते. म्हणून ती आपल्या मोहिमेसाठी तयार झाली. मिकीडाडी नावाच्या व्यक्तीसोबत चिंपांझींचे दर्शन होईल या आशेने जेनची लगबग सुरू होती.

मिकीडाडी आणि जेन व तिचे साथीदार लगतच्या एका खेड्यापर्यंत चालत गेले. अचानक मिकीडाडीने त्यांची साथ सोडून दिली. जेनचा निर्धार मात्र कायम होता. तिथून ते मिथुंबा नावाच्या अत्यंत घनदाट अशा जंगलात गेले. ते जंगल अत्यंत निबीड आणि भयावह होते. गडद झुडपांच्या दाटीवाटीमुळे तिथे सूर्यप्रकाशदेखील शिरू शकत

नव्हता. कसेतरी सरपटत, घुसत-घुसत जेनला त्या झाडांच्या दाटीवाटीतून आणि खाली लोंबत असणाऱ्या फांद्यांमधून माग काढत प्रवास करावा लागला.

थोड्याच वेळात ते मुसुलुु नावाच्या एका विस्तीर्ण आणि घनदाट फांद्या असणाऱ्या वृक्षापाशी आले. त्या झाडाला लालसर रंगाची अत्यंत रसाळ व रुचकर फळे लागली होती. ती खाण्यासाठी चिंपांझी आणि इतर माकडे वारंवार येत. त्या झाडापासून सुरक्षित अंतरावर जेन आणि तिचे साथीदार चिंपांझींची वाट पाहत होते. चिंपांझींची एकाग्रता भंग होऊ नये, तसेच त्यांच्या नैसर्गिक हालचालीत अडथळे येऊ नयेत, यासाठी ते दूर थांबले होते. घनदाट, गवताळ आणि मोठ्या वाढलेल्या झुडपांच्या मागे दडून जेनचे निरीक्षण चालू होते.

थोड्याच वेळात जेनला मंदमंद आवाजात माकडांचा भुभुःकार ऐकू येऊ लागला. हळूहळू तो वाढत गेला. आता तिला त्यांचा आवाज अत्यंत स्पष्टपणे ऐकू येऊ लागला. थोड्याच वेळात हा भुभुःकार फार मोठा झाला. त्याचा कर्कश आणि तीव्र आवाज एवढा मोठा होता, की तो जवळपास एक मैलाच्या परिसरात सहजपणे ऐकू जात होता.

सुरुवातीला हा भुभुःकार नर-चिंपांझी करत होते. लवकरच त्यात मादादेखील सामील झाल्या. मग तो संपूर्ण चिंपांझींचा समूह एका विशिष्ट तालासुरात आवाज करत होता.

चिंपांझी असा ठरावीक सुरात भुभुःकार का करतात, हे जेनला समजून घ्यावयाचे होते. सामान्यपणे अन्नाचा शोध घेताना, फळे आणि इतर खाद्यपदार्थ शोधताना चिंपांझी असा आवाज करतात. विशिष्ट प्रकारची साद देण्यासाठी, धोक्याची सूचना देण्यासाठी किंवा पाणथळ जागा, दलदल आणि हिंस्र जनावरांची सूचना देण्यासाठी चिंपांझी अशी साद देतात. ही साद चार टप्प्यांत दिली जाते :

सुरुवातीला अत्यंत मंदमंद सुरात एक सूचनावजा आवाज,

त्यानंतर एका ठरावीक सुरात सामूहिक प्रतिसाद,

त्यानंतर परमोच्च बिंदूवर टिपेला पोहोचलेला मोठा नाद आणि

शेवटी हळूहळू शांत होत जाणारा निनाद!

जेनला या चिंपांझींच्या आवाजाचे शास्त्र व त्यामागील सूर व स्वर यांचा एवढाच परिचय झाला. चिंपांझी केव्हा, कशा प्रकारे आवाज करतात; हे ती आता दुरूनसुद्धा ओळखू शकत होती. धोकादायक आवाज आणि आनंदाची आरोळी तिला स्पष्टपणे समजत होती. बरेचदा चिंपांझी हा नाद करताना ढोलक्याप्रमाणे हातात दांडके घेऊन झाडे बडवतात किंवा बुंध्यावर विशिष्ट प्रकारे आघात करून ठरावीक नाद करतात.

प्रत्येक चिंपांझी वेगवेगळ्या प्रकारचे सूर आणि नाद करतो हे तिला खूप सूक्ष्म निरीक्षण केल्यावर लक्षात आले.

४

जेनला चिंपांझींचे निरीक्षण करण्याची चांगली संधी मिळाली असली तरी त्यातून फार काही हाती आले नाही. एकतर चिंपांझींच्या हालचाली अत्यंत मर्यादित होत्या आणि त्यांच्याकडे लक्ष देताना खूपच सावधानता बाळगावी लागत होती. ती चिंपांझींच्या अगदी जवळ जाऊन निरीक्षण करण्यासाठी अद्याप तयार झाली नव्हती. तिच्या सोबत असणाऱ्या स्थानिक सहकाऱ्याने तिला चिंपांझींचे निरीक्षण कसे करावे, त्यांच्या जवळ कसे जावे, याविषयी काही महत्त्वाचे मुद्दे सांगितले. त्याच्या सोबतीचा तिला सुरुवातीला खूपच लाभ झाला. परंतु अद्यापदेखील हवे तसे यश मिळत नव्हते. आपण या कालावधीत काहीच लक्षणीय काम केले नाही; मग लिकीला काय अहवाल पाठवायचा, हादेखील एक प्रश्नच होता. त्यामुळे ती फार खिन्न झाली. त्यात आजारी पडल्याने तिच्या नैराश्यात आणखी भर पडली. आता आपला प्रकल्प संपुष्टात येणार अशी तिला भीती वाटत होती.

परंतु 'हिम्मते मर्दा तो मददे खुदा' ही म्हण तिच्याबाबतीत खरी ठरली. तिने मोठ्या निर्धाराने आपल्या संशोधनाला सुरुवात केली. आपल्या छावणीपासून बरेच दूरपर्यंत ती चालत गेली. धापा टाकत ती जवळच्या टेकाडावर पोहोचली. खाली असणारी काकोम्बे दरी तिला स्पष्ट दिसत होती. पहाटेच्या झुंजुमुंजुच्या वेळी ती तिथे चिंपांझींची वाट पाहू लागली. थोड्याच वेळात दोन-तीन चिंपांझी तिथे आल्याचे तिने पाहिले. त्यानंतर आणखी एक टोळी आली. एका अंजिराच्या झाडाखाली ती सर्व मंडळी निवांत बसली. त्यांनी अंजिरे खाल्ली. मग एका मागोमाग एक अगदी एका ओळीत ती सर्व टोळी पुढे चालू लागली. त्या वेळी तिला पहिल्यांदा त्या सर्व टोळीचे जवळून दर्शन

झाले. आधी आवाज करत आलेल्या त्या चिंपांझींचा आवाज हळूहळू विरला होता. फळे खाऊन परतताना ते एकदम शांत होते.

आता जेनचा अभ्यास खऱ्या अर्थाने सुरू झाला होता. तिला आता जे शोधायचे होते ते सापडणार होते. एक चांगली सुरुवात झाली होती. अद्यापदेखील यश खूप दूर होते. परंतु मार्ग सापडला होता. मोठी मजल मारायची असल्याने पहिले पाऊल मात्र खंबीरपणे पुढे पडले होते.

५

जेनला पहिले यश मिळाले होते. चिंपांझी कसे येतात, कोठून येतात आणि त्यांचे वर्तन कसे असते, या सर्व गोष्टी अद्याप तिला कळायच्या होत्या. त्यांच्या वस्तीच्या, निवासाच्या पद्धती, परस्परसंबंध याबाबत अजून बरेच आकलन तिला व्हायचे होते.

तिने आपली जिद्द सोडली नाही. ती दररोज पहाटे पाच वाजता एका उंच टेकाडावर जाऊन बसत असे. सोबत दुर्बीण व आवश्यक साहित्य असे. चिंपांझी त्या टेकाडाखालून जात किंवा आसपासच्या झाडाखाली टोळ्या करून, समूह करून बसत.

तिने त्यांचे अधिक सविस्तर निरीक्षण करण्यासाठी जंगलाच्या आतील भागात जायला सुरुवात केली. एका पिशवीत आवश्यक खाद्यपेये, स्वेटर आणि दुर्बीण ठेवून ती आपल्या अध्ययनासाठी जात असे. सहनशीलता, शांतपणा, सबुरी आणि सातत्य हे चांगल्या संशोधकाचे आवश्यक गुण आहेत, हे तिला अनुभवाने पटले. बराच वेळ एकाच ठिकाणी कोणतीही हालचाल न करता अक्षरशः एखाद्या पुतळ्याप्रमाणे स्तब्ध बसून राहणे ही एक तपश्चर्याच होती. जेनची ही तपश्चर्या प्रदीर्घ काळपर्यंत चालणार होती. जिद्द आणि अजोड साहस यामुळे ती त्या निबीड अरण्यात दिवसेंदिवस एकटीच राहत असे. आपण काहीतरी साहस करण्यासाठी येथे आलो आहोत आणि जे साध्य करावयाचे आहे ते सहजसाध्य नाही, याची तिला जाणीव होती.

असेच काही दिवस गेले. निरीक्षण, संथपणे वाट पाहणे आणि आपल्याला उपयुक्त काही माहिती प्राप्त होते का हे तपासणे, हा तिचा एकमात्र छंद होता. तिच्या या अथक परिश्रमाचे फळ तिला दिसू लागले. चिंपांझी हे चार-पाच किंवा सहाचे लहान समूह करून वावरतात. त्यात एक-दोन नर, एक-दोन मादा व लहान पिल्ले असतात, हे तिच्या लक्षात आले. ते सहसा आपले गट बदलत नाहीत, अत्यंत एकोप्याने राहतात, हेसुद्धा तिला कळून आले. काही वेळा ५०-६० चिंपांझींची एखादी मोठी टोळी असते. यातील

चिंपांझी मोठ्या स्थलांतराची तयारी करत असतात हेसुद्धा तिला हळूहळू लक्षात आले. मादा चिंपांझी मातृवत्सल असतात, त्या आपल्या लहानग्यांवर खूप माया करतात, हेसुद्धा तिने आपल्या निरीक्षणात शोधून काढले.

हळूहळू चिंपांझींनादेखील जेनची ओळख झाली. त्यांना

फ्लिंट, फ्लो, जेन

तिचा चांगलाच परिचय झाला. बरेचदा ते तिच्या जवळून निघून जात, कधी-कधी ते तिच्या अगदी लगतच्या झुडपाखाली बसत. जेनने मग त्यांना नावे द्यायला सुरुवात केली. टकल्या, विदूषक, पांढरा दाढीवाला... एका आकर्षक मादा चिंपांझीला तिने 'ओली', तर दुसरीला 'फ्लो' हे नाव दिले. एका फार मोठ्या आकाराच्या चिंपांझीला तिने 'गोलीएथ', तर दुसऱ्या लहानग्याला 'डेव्हिड' नाव दिले. या सर्व चिंपांझींच्या समूहाला तिने एक नाव दिले— कासाकेला समूह!

आता अपेक्षित यश पदरी पडणार होते. आपले प्रदीर्घ काळपर्यंत उरात जतन केलेले एक स्वप्न पूर्ण होणार, याची तिला खात्री पटली.

<h1 style="text-align:center">६</h1>

संशोधनकार्याला आता मनाजोगता वेग आला होता. चिंपांझींचे सातत्यपूर्ण निरीक्षण आणि त्यांच्या हालचाली, सवयी, राहण्याची पद्धत व समूहातील वर्तन याबाबत खूपच महत्त्वाची माहिती आता तिला मिळत होती. दररोज चिंपांझींचे, त्यांच्या समूहाचे निरीक्षण करणे, त्यांच्या वर्तनातील बदल लक्षात घेणे, त्यांच्या सौम्य व आक्रमक हालचाली समजून घेणे अशी कार्ये जेन करतच होती.

जेन सकाळीच आपल्या निरीक्षणकार्यासाठी जंगलात जाई आणि मग आपल्या निरीक्षणांची तर्कसंगत व दिनवार नोंद करत असे. याचा तिला खूपच फायदा झाला. चिंपांझींच्या वर्तनात होणारे क्रमबद्ध बदल, त्यांच्या हालचाली, आवडीनिवडी आणि परस्परसंबंधातील परिवर्तन यांचे ती सूक्ष्म निरीक्षण करू लागली. त्यांच्या रागलोभाचे

कारण, मारामाऱ्या आणि प्रेमयाचनांचे जग तिला सहजपणे अवलोकन करता आले. जेनपूर्वीच्या संशोधकांनी असे प्रतिपादन केले होते की, सर्व चिंपांझी हे शाकाहारी असतात. परंतु एक दिवस तिला एक वेगळीच गोष्ट पाहावयास मिळाली. काही चिंपांझी एका झाडावर चढून डुकराचे मांस खात होते. तिच्या त्या निरीक्षणाने सर्व शास्त्रीय जगताची चिंपांझींबद्दलची अवधारणा बदलणे शक्य झाले.

जेनला आणखी एक महत्त्वाची गोष्ट सिद्ध करता आली. त्यामुळे तिच्या अभ्यासाचे महत्त्व अधिकच वाढले. एका उंच वारुळावर बसून एक चिंपांझी तिला मुंग्या काढताना दिसला. तो चिंपांझी त्यासाठी एका छोट्या लाकडाचा अवजार म्हणून वापर करत होता. त्याला त्याने विशिष्ट प्रकारे बाक दिला होता. त्यानंतर अशा प्रकारचे अवजार वापरणारे आणखी काही चिंपांझी तिला आढळले. त्यातून तिला एका महत्त्वाच्या गोष्टीचे आकलन झाले. मानवाव्यतिरिक्त लहानमोठी अवजारे तयार करून शिकार करणारा चिंपांझी हादेखील एक प्राणी आहे. तो आपल्या बुद्धिमत्तेचा व विचारक्षमतेचा वापर करून अवजारे किंवा हत्यारे तयार करू शकतो. त्याच्यामध्ये यांत्रिक कौशल्य (मेकॅनिकल स्किल) आहे, हे तिच्या लक्षात आले.

दिवस पुढे जात होते. जेनच्या संशोधनाला आता आकार येत होता. त्याच वेळी तिच्या आईने व्हेनने इंग्लंडला जाण्याचा मनोदय व्यक्त केला. हा तिच्यासाठी खूप मोठा धक्का होता. पण, आता तिचे काम ऐन भरात आले होते. तिला मागे फिरणे शक्यच नव्हते. तिने अत्यंत जड अंतःकरणाने आईला निरोप दिला.

जेनच्या निरीक्षणांचा व संशोधनाचा हळूहळू बोलबाला व्हायला लागला. तिच्या पाहणीतील अनुमाने जगाच्या अनेक (गैर)समजुती दूर करत होती. चिंपांझींबद्दलच्या अवधारणा बदलत होत्या. तिची प्रशंसा व्हायला लागली. त्याच वेळी तिला नॅशनल जिऑग्राफीक सोसायटी या अमेरिकन संस्थेने अनुदान देण्याचे ठरवले. तिला ही केवळ एक चांगली बातमीच वाटली नाही; तर तिच्या आत्मविश्वासाला, जिद्दीला आणि सातत्याला मिळालेली ही पहिली मानवंदना होती!

●●●

नवी साहसे, नवी आव्हाने

१

व्हेने मायदेशी परत गेल्याने जेनला विशेष दुःख झाले. कारण व्हेने तिची केवळ आईच नव्हती, तर सहकारी, मैत्रीण होती. अडचणीच्या प्रसंगी तिला सांत्वना देणारी आणि तिच्या सुख-दुःखात सहभागी होणारी सर्वोत्तम सखी होती. केवळ व्हेने परतल्याने आपले काम थांबवणे जेनला शक्य नव्हते. तिचे दैव तिच्यावर पुन्हा एकदा प्रसन्न झाले. डॉमिनिकने आपल्या पत्नीला आणि मुलीला तिथे आणले. त्यासोबतच लिकीनेदेखील हसन नावाचा एक सहकारी व त्याचे कुटुंब यांना मदतीला पाठवले. अशा प्रकारे जेनचा प्रश्न सुटला.

जेन स्वतः पुढाकार घेऊन काम करणारी स्त्री होती. तिने केनियाची स्वाहिली भाषा, त्या लोकांच्या चालीरीती व वागण्याच्या पद्धती आत्मसात केल्या. तेथील लोकांसोबत तिने मैत्रिपूर्ण आणि स्नेहाचे संबंध प्रस्थापित केले. तिच्या कँपला तेथील लोक कुतूहलाने, उत्सुकतेने आणि स्नेहादराने भेट देऊ लागले. तिच्या संशोधनकार्याला नॅशनल जिऑग्राफीकमुळे मोठी प्रसिद्धी मिळाली. तिचा गौरव होऊ लागला. रवांडा येथे गोरिलांवरील अभ्यास पूर्ण करून मान्यता प्राप्त केलेले डॉ. शाल्ट यांनीसुद्धा तेथे भेट दिली.

जेनला आपले कार्य अधिक जोमाने चालू ठेवणे महत्त्वाचे वाटत होते. गोम्बे येथील आपले कार्य पूर्णत्वाला नेण्याचा तिचा निर्धार कायम होता. त्यात खंड पडू नये म्हणून ती अनेक दिवस वेगवेगळ्या जंगलांत, पहाडांच्या पायथ्याशी किंवा एकांतस्थानी असणाऱ्या तळ्याकाठी आपला वेळ घालवत असे. तिचे यश केवळ दैवाच्या कृपाप्रसादाने किंवा अपघाताने प्राप्त झालेले नव्हते; तर सातत्य, निष्ठा आणि प्रयत्नांच्या पराकाष्ठेचा तो परिणाम होता.

पावसाळा सुरू झाला. त्या काळात जंगलात संशोधन सुरू ठेवणे खूप अवघड आणि जोखमीचे होते. पण जेनच्या निर्धाराने तिला ते धैर्य दिले. पावसाळ्यातील निरीक्षणे तिला चिंपांझींचा अधिक जवळून अभ्यास करण्यासाठी खूपच लाभदायक ठरली. चिंपांझींच्या स्वभावाचे अनेक पैलू तिला हळूहळू कळू लागले. प्रचंड आवाज करत पावसाच्या सरीवर सरी धो धो कोसळत असताना चिंपांझी कसे वागतात, त्यातील नर-चिंपांझी आपल्या गटातील लहानमोठ्या चिंपांझींसाठी आणि मादांसाठी कशा प्रकारे सुरक्षित आडोशाच्या जागा शोधतात, याचा तिला जवळून अभ्यास करता आला.

बरेचदा पावसाळ्याच्या प्रारंभी अधूनमधून पडणाऱ्या पावसाच्या सरी पाहून आनंदी होणारे, एका तालासुरात हळूहळू भुभुःकार करत नंतर समूहात नृत्य करणारे चिंपांझी पाहून तिला मोठे आश्चर्य वाटले. त्यांच्या स्वभावाच्या विविध छटा, त्यांचे विविध परिस्थितीतील आगळेवेगळे वर्तन तिला चिंपांझींच्या संपूर्ण जीवनशैलीचे दर्शन घडवण्यासाठी विशेष उपयुक्त सिद्ध झाले. ती आता चिंपांझींबाबत अधिकारवाणीने बोलू शकत होती. तिची निरीक्षणे आणि चिंपांझींबद्दलची मते लोक मोठ्या काळजीपूर्वक ऐकू लागले. शास्त्रीय वर्तुळात तिला हळूहळू मानाचे स्थान प्राप्त झाले.

२

विविध प्रकारे आणि विविध अंगांनी चिंपांझींचे निरीक्षण करण्याचा जेनचा प्रयास चालूच होता. त्याचा तिला एक भीतिदायक अनुभवदेखील आला. एकदा त्या घनदाट जंगलात चिंपांझींचे निरीक्षण करताना अचानक समोर एक मोठा धिप्पाड चिंपांझी तिच्याकडे रोखून पाहत असल्याचे तिने पाहिले. तो डोळे मोठे करून तिच्याकडे पाहत होता. थोड्या वेळाने हळूहळू पावले टाकत तो पुढे गेला. तिला वाटले, आता संकट टळले. अचानक तिने मागे वळून पाहिले तर आणखी एक मोठा चिंपांझी तिच्या अगदी जवळ उभा होता. त्याने एका हाताने एक वेल अत्यंत घट्ट पकडली होती. तिला प्रचंड भीती

वाटली. अंगातून भयाची एक शिरशिरी सरकन गेली. आपण इथून लवकरात लवकर पळ काढावा, असे तिला वाटले. पण अंगातले सर्व त्राण गेले होते. ती होती तिथेच बसून राहिली. थोड्या वेळाने एक चिंपांझी तिथे

आला. त्याने एका वेलीची फांदी घेऊन तिला जोरात मारले आणि झुडपात लपला. थोड्या वेळाने ते सर्व चिंपांझी तिथून निघून गेले. तो अनुभव तिच्याकरिता भयसूचक होता. परंतु त्यातून चिंपांझींबाबत तिला एक नवा अनुभव मिळाला होता.

त्यानंतर पुन्हा एकदा तिला एक वेगळाच अनुभव आला. एकदा आपल्या नेहमीच्या टेकाडावरून ती चिंपांझींचे निरीक्षण करत होती. तिच्या समोरच्या एका झुडपांच्या दाटीवाटीत एक चिंपांझींचा समूह बसला होता. त्यातील मादा आणि लहान पिल्ले अंजिराच्या झाडाखाली बसून फळे खात होती. चिंपांझींचे निरीक्षण करण्याची ही एक चांगली संधी आहे, असे तिला वाटले. अचानक एक गलेलठ्ठ चिंपांझी वेगाने, आक्रमक मुद्रेने तिच्याकडे धावत आला. त्याच वेळी आणखी एक मोठा चिंपांझी पाठीमागून आला. आता तिला भयाने चारही बाजूने घेरले. तो मोठा चिंपांझी अगदी तिच्या जवळ आला. त्याने तिला निरखून पाहिले. त्याला माहीत होते, जेनदेखील एक जिवंत प्राणी आहे. त्याने तिच्या डोळ्यांत अगदी काळजीपूर्वक पाहिले. तिच्या जवळ येऊन तिला हुंगले आणि मगच तो दूर झाला. पाठीमागचा चिंपांझीदेखील थोड्या वेळाने दूर झाला.

जेनचा जीव भांड्यात पडला. तिला आता थोडा धीर आला. त्यानंतर त्या चिंपांझींनी तिला कधीच त्रास दिला नाही.

जूनमध्ये पावसाळा संपला तरी वातावरणातील थंडावा आणि सर्दपणा कमी झाला नव्हता. जंगलात सगळीकडे ओलावा होताच. वातावरणातील दमटपणा आणि ओलसरपणा, निसरडे रस्ते यांमुळे जंगलात फिरणे धोक्याचेच होते. जेनचा अभ्यास अधिक जोमाने व जिद्दीने सुरूच होता. त्यातच तिला एक सुखद अनुभव आला. एका टेकाडावर निवांत बसून ती चिंपांझींचे निरीक्षण करत होती. अंजिराच्या आणि इतर झाडांखाली बसलेले चिंपांझी आपसात मौजमजा करत होते. लहान चिंपांझी उड्या मारत होते. त्याच वेळी दोन मोठे चिंपांझी जेनपाशी आले. या वेळी मात्र त्यांनी तिला

भीती दाखवली नाही. त्यांनी तिला वारंवार निरखून पाहिले. त्यांच्या नजरेत तिला स्नेहाची, मित्रत्वाची भावना दिसली. ते शांतपणे तिच्या जवळून निघून गेले. त्यांनी आता तिला 'स्वीकारले' होते.

३

जेनचे सुरुवातीचे प्रयास चिंपांझींसोबत सहकार्याचे आणि आपुलकीचे संबंध प्रस्थापित करण्यासाठी होते. कारण चिंपांझी सहजासहजी तिला मित्र मानणार नव्हते. त्यांच्या मनातील भीती, संदेहावस्था आणि माणसांबद्दल असणारी अनामिक शंका या सर्वच गोष्टींमुळे एक दुरावा होता. तिच्या या सर्व कार्याचा नॅशनल जिऑग्राफीक सोसायटीने गौरव केला. चिंपांझी अवजारे तयार करू शकतात आणि त्यांचा वापर करतात, या निरीक्षणाला विशेष प्रसिद्धी देण्यात आली.

जिऑग्राफीकच्या संपादकांना चिंपांझींची वेगवेगळ्या कामगिरी करतानाची छायाचित्रे हवी होती. त्याला जेनने विनम्रपणे नकार दिला. नॅशनल जिऑग्राफीकचा फोटोग्राफरदेखील या कार्यात फारसा यशस्वी झाला नाही. त्यानंतर जेनच्या बहिणीने ज्युडीनेदेखील प्रयत्न केला. पाऊस व प्रतिकूल वातावरण यामुळे तिलाही फारसे यश मिळाले नाही. चिंपांझी कॅमेराच्या प्रकाशझोताला घाबरत, बुजत आणि बरेचदा झुडपाखालीच दडलेले असत. त्यामुळे त्यांचे हवे तसे छायाचित्र काढणे अत्यंत अवघड होते.

याच दरम्यान लिकीने एक महत्त्वाकांक्षी प्रस्ताव जेनपुढे मांडला. जेनने आपल्या संशोधनपर अभ्यासासाठी पुन्हा एकदा इंग्लंडला जावे. त्यासाठी तिने केंब्रिज विद्यापीठात विद्यावाचस्पती (पीएच.डी.) पदवीसाठी नाव नोंदवावे. तिला या गोष्टीचा सार्थ अभिमानही वाटला. तिच्या कामाची कीर्ती यापूर्वीच इंग्लंडला पोहोचली होती. त्यामुळे तिला केंब्रिज विद्यापीठात सहजपणे प्रवेश मिळाला. जेनच्या कार्याला मान्यता प्राप्त व्हावी, तिच्या अध्ययनाचे, संशोधनवृत्तीचे योग्य चीज व्हावे, यासाठी लिकीचा हा प्रयास योग्य दिशेनेच होता. जेनला डॉ. रॉबर्ट हिन्डे यांच्या मार्गदर्शनाखाली अध्ययनाची संधी प्राप्त झाली. डॉ. रॉबर्ट प्राणिवर्तन व प्राणिशास्त्राचे एक ख्यातनाम प्राध्यापक होते.

विज्ञानाचे क्षेत्र झपाट्याने बदलत होते. नवे शोध, अध्ययनाची नवी तंत्रे, नवे विचारप्रवाह यांमुळे परंपरागत पद्धतीचा अभ्यास फारसा योग्य मानला जात नव्हता. जेन ज्या पद्धतीने चिंपांझींचा अभ्यास करत होती, त्याला निसर्गवादी (Naturalist) तंत्राचे अध्ययन मानले जात होते. परंतु आता एक नवेच शास्त्र उदयास आले होते.

त्याचे नाव निसर्ग-प्राणी वर्तनशास्त्र (इथॉलॉजी) असे होते. या नवीन शास्त्रात केवळ निरीक्षण व वर्तनावर आधारित अनुमान यांना स्थान नव्हते; तर सांख्यिकीय तंत्रे, शास्त्रीय अध्ययन पद्धती व प्रयोगशाळेतील अभ्यास यांनासुद्धा विशेष महत्त्व होते. या नवीन शास्त्राने परंपरागत निसर्गशास्त्रज्ञांना जणू मागे ढकलले होते. निसर्ग-प्राणी वर्तनशास्त्र हे संख्यात्मक प्रयोगावर आधारित आणि प्रमाणित पद्धतींचा वापर करणारे शास्त्र झाले.

जेनला केंब्रिजच्या नव्या वातावरणात जुळवून घेणे अवघड जात होते. तिला वारंवार गोम्बेची आणि चिंपांझींची आठवण येत असे. केंब्रिज येथील वातावरण तिला फारसे सोयीचे वाटत नव्हते. संशोधनकार्य करताना आपण पर्यावरण, प्राण्यांची मानसिकता आणि वर्तन यांचा प्रत्यक्ष अभ्यास करणे अधिक महत्त्वाचे आहे, असे जेनला वाटत होते. अखेर तिने केंब्रिजला रामराम ठोकण्याचे ठरवले. आपल्या संशोधनकार्याला मान्यता मिळाली नाही तरी चालेल; परंतु मूलभूत स्वरूपाचे संशोधन करण्यावर तिने भर द्यावयाचे ठरवले.

यादरम्यान तिने लंडन आणि न्यूयॉर्क येथील महत्त्वपूर्ण परिषदांमध्ये अभ्यासपूर्ण व्याख्याने दिली. त्याचा सर्वत्र गौरव झाला. नॅशनल जिऑग्राफिक सोसायटीनेदेखील तिच्या कार्याची दखल घेतली. नॅशनल जिऑग्राफिकच्या विश्वस्तांनीदेखील तिच्या कार्याची दखल घेऊन तिला पुन्हा एक शिष्यवृत्ती देऊ केली. १९६२मध्ये तिला 'फ्रँकलीन बर' पुरस्कार प्राप्त झाला. हा पुरस्कार विज्ञानातील योगदानासाठी विशेष महत्त्वाचा मानला जात असे.

एकंदरीत साऱ्या वैज्ञानिक विश्वाने जेनच्या संशोधनाला मान्यता दिली. तिच्या निरीक्षणांची आणि कार्यपद्धतीची चर्चा विविध व्यासपीठांवर, विद्यापीठांत आणि विज्ञान मंडळांत होऊ लागली. या सर्व गौरवांमुळे जेनला भारावल्यासारखे झाले. तरीही, तिचे आपल्या ध्येयावरून लक्ष विचलित झाले नाही. एकच ध्यास, एकच

निर्धार घेऊन तिने आपला अभ्यास सातत्याने चालू ठेवला होता... चिंपांझींचा परिपूर्ण व सर्वंकष अभ्यास!

४

जेनला गोम्बेला जाण्याची घाई झाली होती. तिला आपल्या कर्मभूमीची ओढ स्वस्थ बसू देत नव्हती. ती गोम्बेला आल्यावर तिने आपल्या कार्यक्षेत्राला त्वरेने भेट दिली. आपले चिंपांझी मित्र आपल्याला ओळखतील काय? त्यांच्याशी पुन्हा दुरावा निर्माण होईल काय? हा संदेह तिच्या मनात होता. एक दिवस तिला एक चिंपांझी (डेव्हिड) एका पाम वृक्षावर बसलेला आढळला. तो तिथे नियमितपणे येऊ लागला. तिने त्याच्याकडे मोठ्या स्नेहाने पाहिले. हळूहळू पावले टाकत तो तिच्याजवळ आला. तिच्या तंबूत येऊन तिच्याकडे निरखून पाहू लागला. त्यानंतर तो दररोज येऊ लागला. जेन त्याच्याकडे काळजीपूर्वक पाहू लागली. सुरुवातीला तो संदेहाच्या नजरेने एकटक पाहत असे. तिने एक केळ पुढे केले. सुरक्षित अंतर ठेवून त्याने ते केळे घेतले; पण न खाता केळ घेऊन तो दूर निघून गेला.

असेच काही दिवस निघून गेले. जेनने मग रोज केळ्यांचा एक घड एका टेबलावर आपल्या तंबूच्या बाहेर ठेवणे सुरू केले. त्याला काही दिवसांनंतर चांगला प्रतिसाद मिळाला. सुरुवातीला केवळ डेव्हिडसारखा एखादा चिंपांझी येत होता. त्यासोबत नंतर गोलीयथ आणि इतरही चिंपांझी येऊ लागले.

हळूहळू तिने चिंपांझींना आपलेसे करण्याचा प्रयत्न केला. सुरुवातीला त्यांचा प्रतिसाद तितकासा अनुकूल नव्हता. त्यांच्या मनातील संदेह व अविश्वास आक्रमक पद्धतीने व्यक्त होत असे. काही दिवसांतच या संदेहाचे मळभ दूर होऊ लागले.

या बनाना क्लबला काही दिवसांनी चिंपांझींनी उत्तम प्रतिसाद दिला. बनाना क्लबने चिंपांझींना जेनच्या जवळ आणले. क्लबची सदस्य-संख्या वाढतच होती. स्नेहाचे वातावरण वाढू लागले. त्यामुळे जेनला त्यांचा अधिक सूक्ष्म अभ्यास करणे शक्य झाले.

सुरुवातीला केवळ नर-चिंपांझीच या बनाना क्लबला भेट देत असत. यातील काही नर-चिंपांझी आक्रमक आणि थोडे कठोर वर्तन करणारे होते; तर काही हळुवार वागणारे, तटस्थ आणि शरणागत वृत्तीचे होते. त्यांच्या प्रतिक्रिया सहसा फारशा तीव्र नसत.

जेनला चिंपांझींच्या वर्तनाचे विविध पैलू अधिक स्पष्टपणे लक्षात येऊ लागले. सर्वच चिंपांझी एकसारख्या प्रकारचे वागत नाहीत. त्यांच्या भावना एकसुरी व साचेबद्ध नाहीत, त्यात विविधता आहे. सामान्यपणे हे चिंपांझी  शांत, मैत्रिपूर्ण, निष्ठा आणि सहानुभूतीचे वर्तन करतात. चिंपांझींच्या प्रतिक्रिया विविधांगी आहेत, त्यातील विविधता आणि परिस्थिती समूहाच्या एकंदर मानसिकतेवर अवलंबून आहे.

जेनला सर्व निरीक्षणांचा खूपच लाभ झाला. यापूर्वी संशोधक आणि प्राणिशास्त्रज्ञ अनेक चुकीच्या संकल्पना व विचार यांना मान्यता देत होते. सर्व चिंपांझी एकसारखे आक्रमक, दुष्ट व कठोर स्वभावाचे नाहीत; तर त्यात अनेक चांगल्या गुणांचा समुच्चय आहे.

जेनच्या या सर्व निरीक्षणांचा फायदा विज्ञानाच्या अभ्यासकांना झाला. त्यांना चिंपांझींविषयीच्या पहिल्यांदाच अनेक गोष्टी लक्षात आल्या. जेनने आपल्या अभ्यासासाठी त्याचा खूपच उपयोग केला. तिने आपले गुरू व मार्गदर्शक लिकी यांना लिहिले, The challenge has been met. The hills and forests are my home. And what is more I think my mind works like a Chimp's subconsciously.

●●●

संशोधनाचे पुढचे पाऊल

१

जेनला आता स्वतःच्या संशोधनाबाबत आणि त्यातून प्राप्त झालेल्या निष्कर्षांबाबत अधिक आत्मविश्वास वाटू लागला. तरीही, स्वतःचे समाधान होईल असा अभ्यास अजून झाला नाही, अशीच तिची धारणा होती. तिला चिंपांझींच्या विविध गुणांबद्दल, त्यांच्या वैशिष्ट्यांबद्दल खूप उपयुक्त माहिती प्राप्त झाली होती, तरीदेखील चिंपांझींचे वर्तन आणि स्वभाववैशिष्ट्ये समजून घेण्यासाठी सखोल अध्ययनाची गरज आहे, असेच तिला वाटत होते.

चिंपांझींच्या समूहात संवाद साधण्याच्या पद्धती, त्यांच्या संदेशवहनाच्या पद्धती समजून घेण्याची तिच्या मनात तीव्र लालसा होती. चिंपांझी आणि मनुष्य यांच्यात विलक्षण साम्य आहे, हे तिला बऱ्याच अंशी कळले होते. ते एकमेकांना ज्या प्रकारे प्रतिसाद देतात, मिठ्या मारतात, प्रणयाराधन करतात, पाठ खाजवतात, हातात हात घेऊन थोपटतात, या सर्व वर्तनांतून त्यांचे मनुष्याशी असणारे साम्य आणि समानता तिच्या लक्षात येत होती. ते ज्या प्रकारे धक्काबुक्की करतात, चिमटे काढतात आणि वेगवेगळ्या प्रकारे एकमेकांना जवळ घेतात किंवा ढकलतात, भांडतात या सर्व गोष्टी मनुष्याबरोबर असणारे साधर्म्यच स्पष्ट करतात, असे तिला वाटत होते.

चिंपांझींचे समूहातील वर्तनदेखील वैशिष्ट्यपूर्ण आणि अत्यंत जटिल असल्याचे तिच्या लक्षात आले. त्यामुळे आपला अभ्यास अधिक सखोलपणे करण्याची गरज तिच्या लक्षात आली. तिच्या जंगलाच्या वाऱ्या चालूच होत्या. त्यातच एक दिवस तिला डेव्हिड चिंपांझीचे जवळून

निरीक्षण करण्याची संधी मिळाली. त्याच्याबरोबर आमनेसामने झालेल्या भेटीतून तो आपल्याला ओळखतो, आपल्याला विरोध करत नाही, तर त्याची वागणूक मैत्रीची असल्याचे तिच्या लक्षात आले.

डेव्हिडसोबत जेनची लवकरच छान मैत्री झाली. डेव्हिडच्या मागे-मागे जात त्याच्या स्वभावाचे आणि त्याच्या समूहातील इतर सदस्यांचे वर्तन तिला अत्यंत जवळून निरखता येऊ लागले. हळूहळू त्याच्या समूहाची आणि तिची ओळख होऊ लागली. सुरुवातीला डेव्हिडच्या नजरेत असणारी अविश्वासाची, दुराव्याची भावना हळूहळू निघून जाऊन त्याची जागा आपुलकीने घेतली. दोघांनाही (जेनला आणि डेव्हिडला) एकमेकांची भाषा येत नव्हती, तरी त्यांच्यात संवाद होत होता. शब्द, भाषा, आणि इतर कोणत्याही माध्यमांशिवाय अत्यंत प्राचीन आणि सर्व प्राणिमात्रांना परिचित असणाऱ्या भाषेने, नजरेच्या भाषेने, भावनेच्या भाषेने या हृदयीचे भाव त्या हृदयी केव्हा प्रवाहित केले, ते कळलेही नाही.

हळूहळू डेव्हिड तिचा खरा मार्गदर्शक आणि सोबतीच झाला. ती जंगलातून त्याच्या मागे-मागे जात असे. तो अचानक मध्येच थांबून मागे वळून पाही. जेन आपल्या मागे येत असल्याची खात्री करून मगच तो पुढे जात असे. तो नंतर तिला आपल्या समूहाजवळ घेऊन गेला. त्यांच्यातील परस्परसंबंधाचे खरे स्वरूप हळूहळू तिला कळू लागले.

२

१९६२ चा उन्हाळा तसा तापदायकच होता. त्यातच जेनला एक पत्र आले. नॅशनल जिऑग्राफीकने एका छायाचित्रकाराची तिथे नियुक्ती केली होती. त्याचे नाव होते ह्युगो

व्हॅन लेविक. खरे तर जेनला चिंपांझींच्या छायाचित्रणाची कल्पना फारशी मान्य नव्हती. नैसर्गिक वातावरणात राहणाऱ्या त्या प्राण्यांचे छायाचित्रण करण्यासाठी योग्य संधी व वेळ मिळणार नाही, असे तिला वाटत होते.

एक दिवस एक मोठी लँडरोव्हर सात-आठ कॅमेरे व छायाचित्रणाचे साहित्य घेऊन तेथे आली. जेनला जे वाटत होते, ते तिने लेविकला स्पष्ट सांगितले. या कॅमेराच्या प्रकाशझोताने व वेगवेगळ्या हालचालींनी चिंपांझी बिचकतील, ते सहकार्य करणार नाहीत. परंतु नॅशनल जिऑग्राफीकला आवश्यक असणाऱ्या माहितीपटासाठी अशा प्रकारचे छायाचित्रण अत्यंत गरजेचे होते. लिकीनेदेखील अशा प्रकारच्या छायाचित्रणाची गरज व महत्त्व स्पष्ट केल्यावर अखेर जेन त्यासाठी तयार झाली.

लेविक हा अत्यंत कुशल आणि अभ्यासूवृत्तीचा छायाचित्रकार होता. त्याला आपल्या विषयाचे पूर्ण ज्ञान होते. त्यासोबतच त्याला वन्यप्राण्यांविषयी विशेष आत्मीयता व ममत्व होते. त्याला वन्यप्राण्यांच्या छायाचित्रणाची मनापासून आवड होती. तो त्याचा फक्त पेशाच नव्हता; तर ते त्याचे जीवितध्येय होते.

लेविकच्या स्वभावाची अनेक वैशिष्ट्ये जेनच्या लवकरच लक्षात आली. तो विलक्षण अभ्यासू व चिकाटीचा व्यावसायिक होता. त्याची त्याचा कार्याप्रति असणारी निष्ठा वादातीत होती. त्याला आपल्या कामाशिवाय इतर गोष्टींत फारशी रुची नव्हती. हवे तसे छायाचित्रण व्हावे यासाठी तो तासन् तास आणि बरेचदा दिवसन्दिवस जिद्दीने एकाच ठिकाणी सहज थांबत असे. त्याच्या प्राणिजीवनाविषयीच्या आत्मीयतेमुळे त्याला प्राण्यांच्या अनेक स्वभाववैशिष्ट्यांचा चांगला परिचय होता. त्यामुळेच नॅशनल जिऑग्राफीकने केलेली लेविकची निवड अगदी योग्य असल्याचे जेनच्या लक्षात आले.

प्रारंभी लेविकला फारसे यश पदरी पडले नाही. एकदा त्याला चिंपांझींचा एक समूह एका फळाच्या झाडावर तुटून पडलेला दिसला. परंतु ते सर्व इतक्या झपाट्याने झाले, की त्याचे छायाचित्रण करणे त्याला जवळपास अशक्यच होते. तरीदेखील लेविकने काही चित्रे काढलीच. अर्थात, त्याला त्यात फारसे समाधान नव्हते. मनाजोगते छायाचित्रण करण्यासाठी लेविक दिवसभर दऱ्याखोऱ्यांत भटकत असे. कधी-कधी तो जंगलात,

कधी घळीत, तर कधी टेकाडांच्या टोकावर जाऊन बसे. परंतु अद्यापही यश त्याला हुलकावण्या देत होते.

छायाचित्रणात आणखी एक मोठी अडचण होती ती म्हणजे चिंपांझी लेविकला पाहून बुजत, घाबरत आणि सावध होऊन विविध गोष्टींकडे बघत. त्याला ते अपेक्षित प्रतिसाद देत नसत, दूर निघून जात किंवा अचानक पळून जात. परंतु लेविकने जिद्द सोडली नाही. हळूहळू त्या 'पांढऱ्या माकडा'बद्दलचा चिंपांझींच्या मनातील संदेह आणि भीती दूर होऊ लागली. कॅमेराच्या आवाजाने सावध होऊन दूर जाणारे चिंपांझी आता त्याच्याकडे थोड्या विश्वासाने बघत होते.

हळूहळू लेविकच्या छायाचित्रणाला यश मिळू लागले. कामाला आता गती आली. सात-आठ आठवड्यांनंतर चिंपांझींचे वर्तन हळूहळू मैत्रिपूर्ण होऊ लागले. त्यांनी लेविकला स्वीकारले होते. डेव्हिडच्या मदतीने आता वेगवेगळ्या चिंपांझींचे, त्यांच्या समूहाचे व विविध प्रसंगांचे छायाचित्रण करणे लेविकला शक्य झाले.

३

जंगलात झुडपांमध्ये दडून लेविक आपले छायाचित्रणाचे काम करत होता. चिंपांझी लेविकला आता ओळखतच नव्हते; तर त्याच्याशी ठरावीक अंतर ठेवून संवाददेखील साधत होते. चिंपांझींना कार्डबोर्ड, जुने शर्ट व गोडसर चवीचे कापड आवडते, हे लक्षात आल्यावर लेविकने त्याचा एक जुना शर्ट मुद्दामच डेव्हिडला घेऊ दिला. त्या सर्व घटनेकडे बाकी चिंपांझी उत्सुकतेने पाहत होते. त्यातूनच चिंपांझींबरोबरचे लेविकचे संबंध अधिक सौहार्दपूर्ण झाले. परिणामी, छायाचित्रणाचे काम सुलभ झाले. आता चिंपांझी कॅमेराच्या आवाजाला व प्रकाशझोताला घाबरेनासे झाले.

मात्र, लेविकला आणि जेनला आता दुसऱ्याच एका समस्येने ग्रासले होते. चिंपांझींसोबतच आता बबून जातीची माकडे पुढे येऊ लागली. त्यांच्यामध्ये आणि चिंपांझींमध्ये केळ्यांवरून व इतर कारणांवरून झटापटी होत. लेविकने एकदा बबून आणि चिंपांझी यांचा केळ्यांवरून होणारा हा संघर्ष अत्यंत कौशल्याने छायाचित्रित केला. त्याच्याकरिता ही मोठीच पर्वणी होती. त्याच्या कार्याला एक वेगळा आयाम देणारा आणि चिंपांझींच्या सामाजिक वर्तनाची अधिक सखोल ओळख करून देणारा हा प्रसंग त्याला खूपच महत्त्वाचा वाटला. अखेर लेविकचे नॅशनल जिऑग्राफीकसाठी असणारे काम संपले. त्याला हवे तसे व हवे तेवढे छायाचित्रण करता आले. नॅशनल

जिऑग्राफीककरिता एक उत्तम माहितीपट त्याने पूर्ण केला होता; परंतु आता चिंपांझींमध्ये त्याचे मन गुंतले होते.

लेविक गोम्बेचा तळ सोडून गेल्यावरदेखील जेनच्या कामात खंड पडला नाही. त्या काळात तिने चिंपांझी आणि त्यांचे सामाजिक

जीवन यावर अधिक सखोल अभ्यास सुरू केला. लेख लिहिणे आणि त्यांच्याबाबत अज्ञात विषयांवर तिचे कार्य सुरू होते.

याच दरम्यान नॅशनल जिऑग्राफीकमध्ये जेन आणि चिंपांझींबाबतचा एक प्रदीर्घ सचित्र लेख प्रकाशित झाला. त्याने तिला प्रसिद्धीच्या झोतात आणले. एक स्त्री जिद्दीने, सातत्याने आणि अभ्यासूवृत्तीने एवढे असाधारण कार्य करू शकते, याबाबत शास्त्रीय जगतातच नव्हे; तर सर्वसामान्य समाजालादेखील तिचे मोठे अप्रूप वाटत होते. तिचे सगळीकडे कौतुक होऊ लागले. आणि मग जेन आणि चिंपांझींवर विविध वृत्तपत्रांतून व मासिकांतून वरचेवर लेख येऊ लागले व वार्तांकन होऊ लागले. वेगवेगळ्या मासिकांनी तिच्या मुलाखती - अनुभव प्रकाशित करून संशोधनात तिला आलेल्या चित्तथरारक अनुभवांकडे जगाचे लक्ष वेधले. त्यावर माहितीपर, मनोरंजक व लक्षवेधक चित्रपट तयार होऊ लागले. या सर्वच घडामोडींनी जेनचा उत्साह अधिकच वाढला. तिला तिच्या कार्याचे शास्त्रीय व वैज्ञानिक क्षेत्रातील मोल लक्षात आले.

१९६३च्या जानेवारीमध्ये जेन पुन्हा इंग्लंडला आपल्या संशोधनपर कार्यासाठी परतली. तिला केंब्रिजला आपल्या अध्ययनासाठीची तयारी करायची होती. कारण केंब्रिजला प्रवेश मिळण्यासाठी लेविकने घेतलेल्या परिश्रमांची तिला जाणीव होती. एखाद्या विद्वतसभेची मान्यता मिळाल्याशिवाय आणि विद्यापीठाची संशोधनपर पदवी प्राप्त झाल्याशिवाय तिच्या संशोधनाला अपेक्षित मान्यता प्राप्त होणार नव्हती. तिच्या कार्याला, संशोधनाला शास्त्रीय व्यासपीठांवर स्वीकारले जाणार नव्हते.

आपले संशोधन पदवीशिवाय प्रकाशित केल्यास त्याला मान्यता तर मिळणार नाहीच; उलट, त्यावर मोठ्या प्रमाणात आक्षेप घेतले जातील, टीका होईल याची तिला जाणीव होती. आणि म्हणून तिने आपल्या कार्याला अधिक गंभीरपणे वाहून घेतले.

१९६३च्या वसंत ऋतूत ती गोम्बेला परतली. आपले अध्ययन आणि चिंपांझींबरोबरचे सहजीवन तिने पुन्हा सुरू केले. त्याच वेळी लेविकचेदेखील तेथे पुनरागमन झाले. त्याला चिंपांझींबरोबर आणखी काही छायाचित्रण करावयाचे होते. या काळात एका नवीनच समस्येने त्यांना घेरले—बबून आणि चिंपांझींमध्ये केळ्यांवरून होणारे संघर्ष आणि मारामाऱ्या! अखेर त्यावर एक इलाज शोधून काढण्यात आला; तो म्हणजे स्टिलच्या गराव्या असणारे पिंजरे तयार करून त्यात केळे ठेवायचे. यामुळे चिंपांझींना केळी घेता येणार होती. शिवाय, त्यांचे बबूनबरोबरचे संघर्षही थांबणार होते.

हळूहळू जेनला चिंपांझी आपले समूह कसे तयार करतात, त्यांच्यामधील परस्परसंवाद, सहवास आणि त्यांची नातेरचना यांचे आकलन होऊ लागले. चिंपांझींचे नर-मादामधील सहसंबंध आणि प्रजोत्पादन याबाबतदेखील तिला योग्य ते निरीक्षण करता आले.

ऑगस्ट १९६३मध्ये जेनने नॅशनल जिऑग्राफीकमध्ये 'My Life Among the Chimpanzees' हा लेख प्रकाशित केला. त्यात खूप अभ्यासपूर्ण माहिती, छायाचित्रे आणि महत्त्वपूर्ण निष्कर्ष यांचा समावेश होता. या लेखाला खूपच प्रसिद्धी मिळाली. जेनला जागतिक कीर्ती प्राप्त झाली. त्या लेखात तिने आपल्या कार्यात सहकार्य देणाऱ्या डॉमिनिक व हसन यांचादेखील कृतज्ञतापूर्वक उल्लेख केला होता. आणि इथूनच जेन आणि नॅशनल जिऑग्राफीकच्या प्रदीर्घ आणि अभ्यासपूर्ण सहयोगाची एक नवीन गाथा सुरू झाली.

४

जेनच्या गोम्बे केंद्रावर जे चिंपांझी होते, त्यात डेव्हिड, गोलीयथ, मॅक ग्रीगर आणि विल्यम यांसारखे नर-चिंपांझी होते; तर फ्लो नावाची मादादेखील होती. या चिंपांझींमध्ये संघर्ष टाळण्यावर, त्यांना अधिक सुरक्षित आणि सहज वावरता येईल असे वातावरण

निर्माण करण्यावर भर देण्यात येऊ लागला. त्यासाठी स्टिल आणि सिमेंट काँक्रीटचे डबे तयार करण्यात आले.

गोम्बे संशोधन केंद्रावर परत आल्यावर लेविकने आपले छायाचित्रणाचे काम खूप उत्साहाने आणि जोमाने पूर्ण करत आणले. दरम्यान, त्याचे आणि जेनचे संबंध अधिक सोहार्दाचे होऊ लागले. त्याला आता जेनच्या कार्यात आणि जीवनातही रुची वाटू लागली. अखेर त्याने तिला विवाहासाठी मागणी घातली. १९६३च्या ख्रिसमसच्या शुभमुहूर्तावर त्याने आपला विवाहाचा मनोदय व्यक्त केला. २९ मार्च १९६४ रोजी वॉशिंग्टन येथे हा आनंददायी सोहळा पार पडला. विवाहवेदीवर उभे राहून जेन आणि लेविक यांनी आपल्या लग्नाचा केक कापून तो प्रसंग आनंदाने साजरा केला. लग्नानंतर अवघ्या तीन दिवसांनी ते जोडपे गोम्बेला परतले. खरे तर हा परतीचा प्रवास विलक्षण खडतर होता. तुफान पूर आलेल्या नद्या, वेगवान पाऊस आणि प्रतिकूल वातावरण यांना न जुमानता दोघेही गोम्बेला सुखरूप परतले.

गोम्बेला परतल्यावर लेविक आणि जेनचे नित्यनियमाचे कार्य त्याच तडफेने आणि जिद्दीने सुरू झाले. या वेळी जेनला चिंपांझींच्या समूहातील समांतर आणि नेतृत्व परिवर्तनाचे अधिक सखोल आकलन झाले. त्यांच्यामधील सत्तासंघर्ष, परस्परावलोकनाचे वितुष्ट आणि कलह यांचे अधिक जवळून निरीक्षण करता आले. चिंपांझींना अधिक सुरक्षा मिळावी याकरिता त्यांनी चिंपांझींचा तळ दूर एका घळीत हलवला. याचा त्यांना लाभच झाला.

जेनच्या कार्याची व्याप्ती सातत्याने वाढत होती. तिच्या कार्याची चर्चा विविध व्यासपीठांवरून आणि वेगवेगळ्या विद्यापीठांतून होऊ लागली. तिच्या संशोधनाचे स्वरूप आणि महत्त्व सर्वांच्या लक्षात येऊ लागले. तिच्या सहकार्यासाठी आणि तिच्यासोबत कार्य करण्यासाठी संशोधक आणि अभ्यासू विद्यार्थी पुढे येऊ लागले. १९६४मध्ये सेलीन सॅब या विद्यार्थिनीने पुढाकार घेऊन तिच्या निरीक्षणवजा टिपणांचा अभ्यास सुरू केला. वेगवेगळ्या विद्यापीठांतील प्राणिशास्त्रज्ञ व मानववंशशास्त्रज्ञ यांनीदेखील गोम्बेला भेट दिली. त्यामुळे गोम्बेचे चिंपांझी केंद्र आता जगप्रसिद्ध झाले.

जेनच्या गोम्बे केंद्राला नॅशनल जिऑग्राफीकच्या अधिकाऱ्यांनी भेट दिली. त्या वेळी एक कल्पना पुढे आली. त्यानुसार, गोम्बे स्ट्रीम रिसर्च सेंटर स्थापन करण्यात आले. अवघ्या चार वर्षांत जेनच्या कार्याला यथोचित सन्मान आणि प्रसिद्धी मिळाली होती. त्यामुळे तिचा उत्साह द्विगुणित झाला. तिने नॅशनल जिऑग्राफीककडे आपल्या संशोधन केंद्राचा प्रस्ताव सादर केला. तो लवकरच स्वीकारला गेला. त्यातून तिथे

कायमस्वरूपी एक संशोधन केंद्र स्थापन झाले. १९६५च्या मध्यापर्यंत एका स्थायी स्वरूपाच्या अभ्यास आणि संशोधन केंद्राची तिथे स्थापना झाली. त्याच्या लगतच्या एका छोट्या जागेत जेनचे निवासस्थानदेखील तयार झाले.

जेन, १९६५, गोम्बे

गोम्बे संशोधन केंद्रात विविध स्वरूपाचे अभ्यास सुरू झाले. तिथे होणारे निरीक्षण आणि संशोधन यावर आधारित टिपणांचे संशोधनपर लेखांच्या स्वरूपात, अहवालांच्या स्वरूपात प्रकाशन होऊ लागले. आपल्या तपश्चर्येला फळ येऊ लागल्याचे पाहून जेनला समाधान वाटत होते. परंतु अद्यापही बरेच काही करावयाचे आहे, याची तिला जाणीव होती.

या संशोधन केंद्राला मान्यता प्राप्त व्हावी, त्याचे वैशिष्ट्य समाजाच्या आणि शास्त्रीय समुदायाच्या लक्षात येणे अगत्याचे आहे याची तिला जाणीव होती. खरे तर तिला विद्यावाचस्पती पदवीबाबत फार आत्मीयता व ओढ नव्हती; परंतु तिच्या कार्याला मान्यता मिळण्यासाठी ही पदवी आवश्यक आहे, हे लिकीचे मत तिला पटले होते. लिकीच्या आग्रहामुळे तिने आपल्या संशोधनपर अभ्यासाला पुन्हा चालना दिली.

दरम्यानच्या काळात नॅशनल जिऑग्राफिक व इतर अनेक मान्यताप्राप्त संशोधनपर मासिकांत तिचे लेख प्रकाशित झाले होते. नॅशनल जिऑग्राफीकच्या एका अंकाच्या मुखपृष्ठावर तिचे छायाचित्रदेखील प्रकाशित झाले होते.

तिने आपला प्रबंध रॉबर्ट हिंडे यांच्या मार्गदर्शनाखाली पूर्ण करून विद्यापीठाला सादर केला. प्रत्यक्षात डॉ. हिंडे यांना तिच्या कार्याबाबत फारशी आत्मीयता नव्हती आणि त्यात रुचीही नव्हती. त्यांना प्राण्यांच्या केवळ वर्तनाचा अभ्यास करून संशोधन करण्याची कल्पना मान्य नव्हती; तसेच जेनने वापरलेल्या पद्धती रूढ व मान्यताप्राप्त शास्त्रीय स्वरूपाच्या नाहीत, असे त्यांना वाटत होते.

जेनच्या संशोधनपर प्रबंधावर तिच्या अनेक सहकाऱ्यांनी व विद्वान प्राध्यापकांनी टीका केली. तिला नॅशनल जिऑग्राफीकने मोठे केले आहे, तिचे कार्य मूलभूत स्वरूपाचे

नाही. त्यात आवश्यक संशोधनपर घटक व मूलभूत विचार नाहीत, असादेखील आक्षेप घेतला गेला. हळूहळू हा टीकेचा सूर मंदावला. ज्या तडफेने, तळमळीने आणि प्रज्ञेने जेनने आपल्या संशोधनाचे समर्थन केले, ते खरोखरच उत्तम दर्जाचे होते. अखेर तिला 'विद्यावाचस्पती' पदवी प्राप्त झाली.

खरे तर ही पदवी मिळवण्यासाठी एक पदव्युत्तर अभ्यासक्रम पूर्ण करणे गरजेचे असते; परंतु जेनला केवळ पदवी असतानाच ही पदवी प्राप्त झाली. अशा प्रकारे हा सन्मान प्राप्त करणारी ती केंब्रिजमधील नववी व्यक्ती होती. तिला ही पदवी मिळवण्यासाठी खूपच संघर्ष, यातना आणि पराकाष्ठेचा प्रयत्न करावा लागला. अपमान, टीका आणि उपहास यांना न जुमानता तिने आत्मसन्मानासाठी हा अभ्यासक्रम पूर्ण केला होता.

५

जेनला विद्यावाचस्पती पदवी मिळाली. एक दूरचे आणि असाध्य वाटणारे स्वप्न अखेर पूर्ण झाले. तिला, लिकीला आणि लेविकला खूप आनंद झाला. या वेळीदेखील तिचे सर्व लक्ष गोम्बेकडेच होते. केंब्रिजच्या आपल्या वास्तव्यात गोम्बेची काय स्थिती असेल, हा विचार तिला वारंवार अस्वस्थ करत असे. तिचा बनाना क्लब कसा असेल, हा प्रश्न तिला सतावत असे. केंब्रिजमधील तिचे वास्तव्य तिला फारच सुखद वाटले नव्हते; परंतु त्यातून प्राप्त झालेले फलित तिला समाधान देणारे होते.

या काळात तिचा लौकिक व प्रसिद्धी वाढली होती. तिला ज्या सन्मानाची अपेक्षा होती, त्यापेक्षा अधिक गौरव आणि मानसन्मान मिळाला. जगभरातील वेगवेगळ्या संस्थांमधून आणि विद्यापीठांतून तिला व्याख्यानासाठी आमंत्रणे येत होती. या काळात तिचे चिंपांझींवरील पहिले पुस्तक प्रकाशित झाले. दुसरे पूर्णत्वाकडे प्रवास करत होते.

१९६५मध्ये लेविकचा पूर्ण लांबीचा माहितीपट 'गुगल अँड द वाईल्ड चिंपांझी' जगापुढे सादर झाला. जेनवरील हा पहिलाच परिचयपट होता. त्याला सर्वच स्तरांवर लोकांनी कौतुकाने आणि सन्मानाने स्वीकारले. नॅशनल जिऑग्राफीकचे अध्यक्ष डॉ. लिओनार्द कार्मिकेल यांनी जेनचा गौरवपरिचय करून देताना म्हटले, 'The most qualified person in the world today to speak on the subject of Chimpanzee's behaviour.'

अमेरिकेतील विविध संस्थांमधील आणि विद्यापीठांतील तिची व्याख्याने खूप गाजली. या काळात तिने अनेक प्राणिसंग्रहालयांना भेटी दिल्या. संपूर्ण वर्षभर जेन

गोम्बेपासून दूर होती. आपल्या अनुपस्थितीत चिंपांझींच्या एकंदर स्थितीत, गोम्बेत काय बदल झाले, हे जाणून घेण्याची तिला घाई झाली होती. तिच्या अनुपस्थितीत तेथील शिस्तीवर विपरीत परिणाम झाला होता. ज्या संशोधक विद्यार्थिवर्गाला या संशोधन केंद्राची जबाबदारी देण्यात आली होती, त्यांनी आपले काम योग्य प्रकारे केले नव्हते. त्यामुळे सर्वच गोष्टी नव्याने सुस्थितीत आणण्यासाठी तिला खूपच परिश्रम घ्यावे लागले. जेनला हा काळ फार आव्हानाचा ठरला.

कष्टाळू आणि प्रामाणिकपणे, जिद्दीने काम करणाऱ्या त्या स्त्रीने हे आव्हान स्वीकारले. केंद्राची घडी पुन्हा एकदा व्यवस्थित बसवण्यात तिला यश आले. त्याच वेळी एक नवा संशोधनविषय तिला साद घालू लागला. एप्स आणि इतर माकडांच्या वर्तनाचा अभ्यास करण्यासाठी त्यांच्यावर अभ्यासपूर्ण कार्य करण्याची तिच्या मनाची तयारी पूर्ण झाली होती. जुलैच्या महिन्यात जेन आणि लेविक यांनी सेंटेनेगेरी येथे नव्या अभ्यासासाठी पाऊल टाकले. पुन्हा एकदा नवे क्षितिज, नवे अभ्यासक्षेत्र पादाक्रांत करण्यासाठी ती सज्ज झाली.

●●●

यशाची शिखरे आणि
दु:खाचे डोंगर

१

केंब्रिजमधील आपले संशोधन पूर्ण करण्यासाठी जेन जवळपास वर्षभर गोम्बेपासून दूरच होती. या काळात संशोधन केंद्राची निगा, संवर्धन व काळजी घेण्याचे कार्य एडना आणि सोनीया या दोन सहकाऱ्यांनी मोठ्या नेटाने केले. त्यांनी जेनने लावून दिलेली शिस्त व व्यवस्था कायम ठेवण्याचे मनापासून प्रयास केले.

जेनच्या गोम्बे संशोधन केंद्राला मान्यता मिळाली होती. त्याचा अभ्यासकेंद्र व संशोधन केंद्र म्हणून लौकिकदेखील वाढला. त्यामुळे स्टॅनफोर्ड आणि केंब्रिज यांसारख्या मान्यताप्राप्त व प्रतिष्ठित विद्यापीठांतूनही संशोधनासाठी विद्यार्थी येऊ लागले.

जेनच्या या केंद्राला तिच्या आणि लुईस लिकीच्या अथक प्रयासाने आणि सातत्यपूर्ण कामगिरीने मोठा लौकिक प्राप्त झाला होता. असे असूनही लिकीने त्या केंद्राला स्वतःहून भेट दिली नव्हती. त्याला जेनच्या कार्यात अकारण हस्तक्षेप करणे मान्य नव्हते. जेन कर्तबगार व सक्षम आहे यावर त्याचा विश्वास होता. तो जरी तिला प्रोत्साहन देत असला, तरी अकारण तिच्या निर्णयांत ढवळाढवळ करत नव्हता. लिकी खरोखरच एक अत्यंत कुशल व समर्थ मार्गदर्शक होता. पितृतुल्य व्यक्तिमत्त्व आणि संशोधनप्रक्रियेचा प्रदीर्घ अनुभव यांमुळे त्याच्याबद्दलची एक वेगळीच प्रतिमा जेनच्या

मनात निर्माण झाली होती. जेनकरिता तो सर्वोत्तम मार्गदर्शक, गुरू व पितृतुल्य आश्रयदाता होता.

१९६९मध्ये लिकी आणि जेन यांनी लिहिलेले अनवेलिंग मॅन्स ओरिजिन्स हे पुस्तक प्रकाशित झाले. त्याचा सगळीकडे गौरव झाला. संशोधकांनी आणि शैक्षणिक वर्तुळातील विद्वत्जनांनी त्याचे खूप कौतुक केले. लिकी आणि जेन यांच्यामध्ये पत्रव्यवहाराद्वारे सतत संवाद सुरू होता. तिला तो वेळोवेळी अनुभवाच्या व युक्तीच्या चार गोष्टी सांगत होता.

२

गोम्बे संशोधन केंद्राचा विस्तार सातत्याने विविध अंगांनी होत होता. नवीन इमारती, साहित्य, उपकरणे यांच्या साहाय्याने केंद्र परिपूर्ण झाले. नवे संशोधक व नव्या दमाचे, नव्या उत्साहाचे अभ्यासू विद्यार्थी तिथे दाखल झाल्याने केंद्राची प्रतिष्ठासुद्धा आता वाढली होती. केंद्राची रचना एका घळीलगत होती. तिथे एक उंच मनोरावजा जागा होती. त्याला निरीक्षण केंद्र संबोधले जात असे. तिथे बसून संशोधक निवांतपणे अभ्यास करू शकत असत. संशोधकांसाठी स्वतंत्र कक्ष तयार करण्यात आले.

संशोधन केंद्रातील अध्ययन व संशोधन यांचे मूळ सूत्र, चैतन्य व तत्त्वज्ञान एकच होते—प्रामाणिक आणि मन:पूर्वक अध्ययन! चिंपांझींचे, त्यांच्या वर्तनाचे आणि कार्यपद्धतीचे सखोल अध्ययन करण्यावर तिथे भर देण्यात येत होता. त्यांच्या निवासाचा, परस्परसंबंधाचा आणि परिसरातील विविध घटनांना ते कसा प्रतिसाद देतात, याचादेखील अभ्यास करण्यात येत होता.

या काळात या संशोधन केंद्राला जागतिक मान्यता व प्रसिद्धी प्राप्त झाली. परिणामस्वरूप, टांझानिया शासनाने गोम्बे संशोधन केंद्राला नॅशनल रिझर्व

पार्कचा दर्जा दिला. शासनाने विविध संसाधने, जागा आणि वित्तसाहाय्य दिले. त्यासोबतच त्याच्या संरक्षणाची व सुव्यवस्थेची जबाबदारी स्वीकारली. जेनकरिता हा मोठाच बहुमान होता. यासोबतच गोम्बे संशोधन केंद्राची मुख्य वैज्ञानिक संचालक म्हणून शासनाने जेनची नियुक्ती केली.

जेनला या सर्व सन्मानाने खूपच गौरवान्वित झाल्यासारखे वाटत होते. तिचा आनंद द्विगुणित झाला. आता गोम्बे केंद्राला केवळ मान्यताच प्राप्त झाली नाही; तर योग्य ते कार्य करण्याची सुविधा उपलब्ध झाली, त्यामुळे तेथील संशोधक व विद्यार्थी आता अधिक विस्तृत अध्ययन करण्यासाठी आणि केवळ चिंपांझींचाच नव्हे; तर इतर स्वरूपाचादेखील अभ्यास करण्यासाठी कार्य करू लागले.

३

या काळात जेनला केवळ संशोधनपर कार्याचाच गौरव प्राप्त झाला नाही; तर तिचे व्यक्तिगत जीवनदेखील आनंदाच्या क्षणांनी बहरून आले. तिला पुत्ररत्न प्राप्त झाले. तिला आणि लेविकला खूप आनंद झाला. गोम्बे केंद्रातदेखील सर्वत्र आनंदाचे वातावरण होते. मुलाचे नाव ह्युगो एरीक लुईस व्हॅन लेविक असे ठेवण्यात आले.

जेन, लेविक आणि ह्युगो

तिचे बाळ आता केंद्रातील वातावरणात वाढणार होते. जेनला त्याच्याबाबत खूपच आत्मीयता व ममत्व होते. ती आपला बराचसा वेळ त्याच्या संगोपनावर व्यतीत करत होती. तिने आपल्या मुलाला – ह्युगोला तेथील निवासी जसे आपल्या मुलांना वाढवतात, तसे निसर्गाच्या सान्निध्यात वाढवण्याचे ठरवले. त्यावर बरीच टीका झाली. तिला आपल्या संशोधनाइतकेच मुलाचे संगोपनदेखील महत्त्वाचे वाटत होते. त्या काळात फ्लो नावाच्या मादा चिंपांझीलादेखील एक पिल्लू झाले. फ्लोचे पिल्लू आणि जेनचे बाळ एकाच वातावरणात वाढत होते. जेनने आपल्या मुलाचे संगोपन करताना परंपरागत पाश्चिमात्य पद्धतींचा स्वीकार केला नाही.

जेनने ह्युगोला स्वाहिली आणि इंग्लिश भाषेचे शिक्षण देण्याचे ठरवले. त्याला आफ्रिकन व इंग्लिश संस्कृतीचा परिचय व्हावा यासाठी तिची सतत धडपड सुरू असे. मुलाचे संगोपन करण्यात तिचा खूपच वेळ जात होता. यामुळे तिच्या सहकाऱ्यांना ती आपले भवितव्य धोक्यात टाकत असून, त्यातून तिच्या भावी आयुष्यातील संधी मर्यादित होत आहेत, असे वाटत होते. पण तिला त्याची तमा नव्हती.

त्या काळात तिची मते प्रचलित स्त्रीमुक्ती चळवळीच्या नेत्यांना पटणारी नव्हती. त्यामुळे ती परंपरावादी आहे, तिला आधुनिक विचारांचा परिचय नाही, अशी तिच्यावर सातत्याने टीका होऊ लागली. तिने त्याची फारशी तमा बाळगली नाही. उलट, आपल्या भाषणांमधून ती स्वतःच्या मतांचे व कार्यपद्धतीचे योग्य समर्थन करत असे. तिचे हे प्रवाहाविरुद्धचे वागणे अनेकांना रुचत नसे. त्याचा तिने फारसा विचारही केला नाही.

<h1 style="text-align:center">४</h1>

काळ सतत बदलत असतो. त्याचा नेमका अंदाज बांधता येत नाही. सुखदुःखाचे चक्र सतत चालूच राहते. काही दिवस आनंदाचे, तर काही विषादाचेसुद्धा येणारच! त्याचा जेनला आता अनुभव येऊ लागला. जेनच्या संपर्कात आलेले अनेक चिंपांझी आता गोम्बेचे कायमचे मित्र, सहकारी व अनुचर झाले होते. त्यात डेव्हिड ग्रे बेअर्ड नावाचा एक भलामोठा चिंपांझी होता.

डेव्हिड हा केवळ जेनच्या अभ्यासाचाच विषय नव्हता; तर तिचा खरा मित्रही होता. चिंपांझी व जेन यांच्यातील अतूट नाते मैत्रीचे आणि परस्परांवरील विश्वासाचे होते. त्याच्या सोबतचे गोलीयथ आणि इतर नरदेखील जेनचे मित्रच झाले होते; तर फ्लो, ओली आणि फीफी या मादादेखील गोम्बेचे खरे सामर्थ्य होत्या. या सर्वांवर जेनचे मनापासून प्रेम होते. ते केवळ तिच्या अभ्यासाचेच विषय नव्हते; तर तिच्या मनाशी, विचारांशी त्यांचे अनुबंध खोलवर रुजले होते. गोम्बेचे अस्तित्व या सर्वांवर अवलंबून आहे, ही सर्व केवळ माकडे नसून गोम्बेचे वैभव आहे, असे तिला मनापासून वाटत होते.

१९६६मध्ये गोम्बे कँपला पोलिओच्या साथीने ग्रासले. या साथीने साऱ्या केनियातील आणि टांझानियातील मानवजातच नव्हे; तर प्राणिजगतही हादरले. जेनने लिकीकडे वारंवार मदतीची याचना केली. तिला केनियातील माणसांचेच नव्हे, तर चिंपांझींचे आयुष्यही तितकेच मोलाचे वाटत होते. मनुष्यांच्या सहवासात येणाऱ्या चिपांझींना माणसांना होणारे आजार सहजपणे ग्रासतात.

लिकीच्या   अथक प्रयत्नांनी त्यांना पोलिओवर इलाज होईल असे औषध प्राप्त झाले खरे; परंतु एव्हाना उशीर झाला होता. ओली नावाच्या चिंपांझीचे छोटे पिल्लू दगावले. ओली त्याचे कलेवर खांद्यांवर घेऊन करुण नजरेने इकडेतिकडे फिरत होती; तर तिचे दुसरे पिल्लू त्या मृत पिल्लाबरोबरच खेळत होते. ते दृश्य अत्यंत करुण व हृदयद्रावक होते. ओली आणि त्या लहान पिल्लांमधील ते ममत्वाचे संबंध, तिची पीडा, वेदना कोणालाही पाहवत नव्हती. जेनला त्या दृश्याने मोठा धक्काच बसला. परंतु हा तर तिच्यासाठीचा पहिला आघात होता. असे बरेच आघात तिला अजून सोसायचे होते.

एक दिवस जेनला काही चिंपांझी घोळका करून करुण आवाजात रडताना दिसले. तिच्या मनात शंकेची पाल चुकचुकली. काय अघटित घडले हे पाहण्यासाठी जेन आणि लेविक तिथे लगबगीने गेले. तिथे त्यांना त्यांचा जुना मित्र आणि आवडता चिंपांझी मॅक्ग्रीगर अखेरचे आचके देताना दिसला. त्याच्या नजरेतील कारुण्य, जगण्याची धडपड आणि त्याच्या भोवताली बसलेल्या त्याच्या सहकाऱ्यांची अस्वस्थता, तगमग तिच्या हृदयात कालवाकालव करत होती. जेनला तर भडभडून आले. थोड्याच वेळात मॅक्ग्रीगरने अखेरचा श्वास घेतला आणि सर्वकाही शांत झाले. जेनला आपल्या मैत्रीचा, स्नेहाचा आणि एका अतूट बंधाचा लचकाच कोणीतरी तोडला, असे वाटत होते.

पोलिओच्या साथीचा चिंपांझीवर खूपच विपरीत परिणाम झाला. यात सहा-सात चिंपांझी दगावले. त्यामुळे गोम्बे पुन्हा चर्चेच्या झोतात आले. जेन त्या अश्राप निसर्गप्रिय प्राण्यांवर अन्याय करत असून, नैसर्गिक जीवनशैलीपासून त्यांना वंचित करत असल्याची टीका झाली. जेनचे कार्य चिंपांझींच्या निकोप व सामान्य जीवनाला मारक असल्याचाही आरोप झाला. जेनने त्या सर्व टीकांना व आरोपांना न डगमगता समर्पक उत्तरे दिली.

यानंतर फ्लो नावाच्या मादा चिंपांझीने आणखी एका पिल्लाला जन्म दिला. तिचे नाव फ्लेम असे ठेवण्यात आले. फ्लोचा मोठा मुलगा फ्लिंट तिच्यावर पूर्णपणे अवलंबून होता. त्याला तिचा फार लळा लागला होता. तो सतत फ्लोच्या मागे धावत, बागडत असे.

एक दिवस अचानक गोम्बेचा तळ सोडून फ्लो दूर कोठेतरी गेली. काही दिवस तिचा माग लागला नाही. एक दिवस अचानक तिचा मृतदेह एका झऱ्यापाशी सापडला. फ्लोचा मृत्यू नैसर्गिक असला, तरी सर्वांनाच विलक्षण दु:खदायक वाटला. त्यातल्या त्यात फ्लिंट तर खूपच खचून गेला. तो शून्य नजरेने झाडांच्या शेंड्यांकडे पाहत बसे. कधी तो खुरडत चालत असे. त्याची अन्नावरची वासनाच गेली. जणू तो मनापासून

मृत्यूची वाट पाहत होता. आणि अचानक काही कळण्यापूर्वींच फ्लिंट गेला. प्रेमाचे, जिव्हाळ्याचे अनुबंध केवळ माणसांनाच बांधून ठेवत नाहीत; तर प्राणीदेखील मनापासून प्रेम करतात. त्यांचे सर्व जीवन केवळ खाण्यापिण्यापुरतेच सीमित नाही. प्राण्यांनादेखील मन व हृदय असते, हेच फ्लिंटच्या हृदयद्रावक मृत्यूने जेनला सांगितले.

५

डेव्हिड, फ्लो, मॅक्‌ग्रीगर व फ्लिंट यांच्या मृत्यूने जेनला जणूकाही उद्ध्वस्त करून टाकले. जिवाभावाच्या साथीदारांना गमावल्यामुळे ती हताश झाली. बरेचदा तिचे हृदय भावनावेगाने भरून येई. आपले आवडते जग हरवले आहे, काळाच्या कठोर व परत न येणाऱ्या पडद्याआड ते लपले आहे याची जाणीव तिला अस्वस्थ करत होती.

आता दैव तिच्यावर मनापासून रुसले होते. तिला अधिक खडतर आणि वेदनादायक प्रसंगांना तोंड द्यायचे होते. नियतीच्या कठोर आणि क्लेषकारक आघातांचा प्रहार तिच्यावर व्हावयाचा होता.

काळ कोणासाठी कधीच थांबत नाही. तो इतरांसाठी वाट पाहत नाही, त्याची गती गहन आहे. तो निष्ठुर आहे, याचा अनुभव जेनला १९७२मध्ये आला. लिकीचा हृदयविकाराने मृत्यू झाला. जेनला पहिल्यांदाच आपण एकटे पडलो, पोरके झालो आहोत, असे मनापासून वाटले. लिकीशिवाय तिचे कार्य, व्यक्तिमत्त्व, संशोधन या साऱ्यालाच न्यूनत्व आले आहे असे तिला वाटले. आयुष्याच्या अध्र्या वाटेवर अचानक एका वेगळ्याच वळणावर येऊन रस्ता हरवला आहे, असे तिला वाटले.

जेनला आपल्या मुलाचे संगोपन करताना मातृसुखाचा विलक्षण आनंद मिळत असे. मात्र, पतिसुखाचा सुखद अनुभव आता अभावानेच येऊ लागला. तिचे आणि लेविकचे संबंध दिवसेंदिवस तणावपूर्ण आणि संघर्षाचे होऊ लागले. त्यांचे अनेक विषयांवर मतभेद होऊ लागले. हळूहळू ते एकमेकांपासून दुरावू लागले. लेविकला जेनच्या सातत्याने होणाऱ्या कौतुकाचा, तिच्या गौरवाचा तिटकारा येऊ लागला. त्याला तिच्याबाबतच्या असुयेने ग्रासले. एक प्रकारचा न्यूनगंड त्याच्या मनात भरून राहिला. आपल्याला कोणीच महत्त्व देत नाही. गोम्बेच्या संपूर्ण रचनेत आपल्याला काहीच स्थान नाही, असे त्याला वाटू लागले. पुरुषी अहंकाराने त्याचे मन कलुषित झाले होते. आपल्याला दुय्यम स्थान मिळत आहे, ही बाब त्याला खटकत होती. त्यातूनच मग लहानमोठ्या गोष्टींवर होणारे मतभेद ही नित्याची बाब झाली. परिणामी, दोघांनाही

एकमेकांबाबत प्रेम, सहानुभूती वाटेनाशी झाली. जेनचे लेविकवर मनापासून प्रेम होते; पण परिस्थिती, परस्परसंबंध आणि स्वतःबद्दलच्या धारणा यावर एकतर्फी नियंत्रण थोडीच ठेवता येते? अखेर १९७४मध्ये त्यांनी एकमेकांपासून विभक्त होण्याचा निर्णय घेतला. जेनकरिता हा अत्यंत कटु आणि अवघड प्रसंग होता. एकमेकांबद्दल वाटणारी ओढ, आनंद एवढा क्षणिक असेल असे तिला कधीच वाटले नाही. अत्यंत कठोर मनाने तिने वास्तव स्वीकारले.

६

लेविकपासून विभक्त होण्याचा निर्णय तिला विलक्षण दुःख देऊन गेला. तिचे मन विषादाने आणि नैराश्याने भरून गेले. तिला काही सुचेनासे झाले. त्याच काळात पॅरीसला गेल्यावर ती नोट्रडोमच्या त्या महान व प्राचीन चर्चमध्ये गेली. ज्या जगनियंत्याने लहानपणापासून प्रेरणा, धैर्य आणि सामर्थ्य दिले त्याच्या चरणी ती मनापासून लीन झाली. आपल्याला बळ, शांतता, आत्मिक सामर्थ्य मिळावे म्हणून प्रभूकडे मनापासून प्रार्थना केली. त्या प्रार्थनेचा, त्या विश्वासपूर्ण याचनेचा तिला खरोखरच लाभ झाला. ती आपले दुःख, वेदना, नैराश्य विसरून पुन्हा गोम्बेला परतणार होती, त्याच उत्साहाने, नव्या जोमाने!

जेन आणि डेरेक ब्रायसेसन

गोम्बेला परतल्यावर तिने आपल्या ध्येयाप्रति पूर्ण निष्ठेने काम सुरू केले. त्यातूनच गोम्बेला एका नव्या उंचीवर नेणे तिला साध्य झाले. दरम्यान, तिची भेट झाली डेरेक ब्रायसेसन यांच्यासोबत. यापूर्वी १९६७पासून महत्त्वाच्या कामांसाठी तिने ब्रायसेसन यांच्याशी बरेचदा संपर्क साधला होता. ब्रायसेसन टांझानियातील राखीव अभयारण्याचे संचालक झाल्यानंतर या भेटी वारंवार होऊ लागल्या. अनेक

प्रस्ताव आणि विविध कार्यालयीन कार्यानिमित्ताने होणाऱ्या या भेटींचे रूपांतर स्नेहामध्ये झाले. त्यात फारसे नवल नव्हते.

एकदा विमानाने प्रवास करताना जेनच्या विमानाला अपघात झाला. त्यातून जेन, ब्रायसेसन व ग्रब हा सहकारी अत्यंत आश्चर्यकारकरीत्या बचावले. जेनला हा ईश्वरी संकेतच वाटला. परमेश्वरानेच आपल्याला जीवनदान दिले आहे असे तिचे ठाम मत होते. परिणामतः, ती आपल्या कार्याला अधिक अमूल्य व ईश्वरी संकेत समजून ताकदीनिशी पूर्ण करण्याचा प्रयास करत होती.

याच काळात ब्रायसेसन यांनी तिच्यापुढे विवाहाचा प्रस्ताव ठेवला. तिला तो क्षण अत्यंत महत्त्वाचा व अवघड वाटला. परंतु तिने गोम्बेचे आणि आपले भवितव्य यांचा व्यवहार्य विचार केला. तिचा होकार मिळताच ते दोघे विवाहबद्ध झाले. १९७५मध्ये ते दोघे विवाहवेदीवर उभे राहिले. तिच्या जीवनाचा हा दुसरा अध्याय अधिकच आव्हानांनी आणि अवघड प्रसंगांनी भरलेला होता. नियतीचे संकेत आणि भाग्यविधात्याची करणी खरोखरच अनाकलनीय असते.

७

या पूर्वी जेनची एक सहकारी जंगलात चिंपांझींचा अभ्यास करण्यासाठी गेली. ती दोन-तीन दिवस झाले तरी परतलीच नाही. खूप शोध घेतल्यावर तिचा मृतदेह जंगलात सापडला. वन्य श्वापदांनी तिचा बळी घेतला होता. जेनसाठी हा एक भयावह धक्का होता.

याहून अधिक अवघड प्रसंग १९७५मध्ये आला. गोम्बे संशोधन केंद्राची कीर्तिपताका सगळीकडे झळकत होती. विविध ठिकाणांहून निधी, वित्त साहाय्य येत होते. विदेशी विद्यार्थी अध्ययनासाठी, भेट देण्यासाठी येत.

या सर्व गोष्टींमुळे गोम्बे हे नजरेत भरणारे केंद्र झाले होते. परंतु कीर्तीमागोमाग द्वेष येतो, यशामागे ईर्षा. टांझानिया, झैरे हे सर्वच आफ्रिकन देश मागासलेपण, दारिद्र्य व अशांततेचा जणू शापच घेऊन आले आहेत. त्यामुळे सर्वत्र मूक अशांतता, दंगल आणि लुटमारीचे वातावरण होते. त्यातच राजकीय अस्थिरता आणि आर्थिक विकासाच्या सीमित संधी यामुळे बेरोजगार ब्रिटिश तरुणांचे तांडेच सर्वत्र फिरत होते.

मे १९७५मध्ये टांझानियाच्या सीमेवर असणाऱ्या ४०-५० युवकांच्या सशस्त्र तुकडीने अचानक गोम्बेवर आक्रमण केले. हा हल्ला दहशतवादी आणि भयकारक होता. हल्ल्याच्या वेळी गोम्बे केंद्रात २० पाश्चात्त्य विद्यार्थी निवास करत होते.

अचानक झालेल्या या हल्ल्यामुळे गोम्बेत मोठा गोंधळ उडाला. अतिरेकी सशस्त्र होते आणि त्यांच्या आक्रमक धोरणाला तोंड देण्याची कोणाचीच तयारी नव्हती. अशी परिस्थिती निर्माण होईल याची कोणी कल्पनादेखील केली नव्हती. तो प्रसंग अतिशय अवघड आणि उद्वेगजनक होता. सर्व जण हतबल झाले. कारण अतिरेकी आपल्यासोबत चार विद्यार्थ्यांना ओलीस म्हणून बाहेर घेऊन गेले.

आता काय…? हा प्रश्न होताच. दोन आठवडे अतिरेक्यांनी काहीच उत्तर दिले नाही. एके दिवशी एका विद्यार्थ्याला गोम्बेला पाठवण्यात आले. त्याच्यासोबत शस्त्रास्त्रे व मोठ्या रकमेची खंडणी मागितली होती. त्यामुळे सर्वच जण हादरून गेले होते.

या परिस्थितीत टांझानियन सरकार मात्र तटस्थ राहिले. त्यांनी कोणतीही खंबीर भूमिका घेण्याचे टाळले. अतिरेकी झैरे येथील राजकीय क्रांतीसाठी धनाची व शस्त्रास्त्रांची मागणी करत होते. त्यामुळे हा प्रश्न अत्यंत अवघड बनला होता. परिणामी, टांझानियन सरकार या प्रश्नाकडे गंभीरपणे लक्ष देण्यास उत्सुकच नव्हते.

अखेर ब्रायसेसन आणि जेन यांनी कशीतरी खंडणीची रक्कम गोळा केली; परंतु शस्त्रास्त्रे देण्यास मात्र त्यांनी नकार दिला. खंडणीच्या बदल्यात अतिरेक्यांनी केवळ दोन विद्यार्थ्यांची सुटका केली. एक विद्यार्थी अद्यापही ओलीसच ठेवला होता. अनेक दिवसांच्या प्रतीक्षेनंतर आणि खूप मिनतवाऱ्या केल्यानंतर त्या विद्यार्थ्याचीदेखील सुटका झाली.

हा सर्वच अनुभव जेनसाठी विलक्षण वेदनादायक आणि मनस्ताप देणारा होता. टांझानियन सरकारचा तटस्थपणा, उदासीनता व ओलिसांना मदत न देण्याची भावनिकता तिला धक्कादायक वाटली. ब्रायसेसन आणि तिच्या अथक प्रयत्नांना प्रारंभी कोणतेच यश आले नाही. त्यामुळे तिचा स्वतःवरचा विश्वासच ढळला. या संपूर्ण प्रकरणाने तिची खूपच बदनामी झाली. तिच्यावर सर्वच स्तरांवरून टीकेचा भडिमार झाला. तिला गोम्बे केंद्र सांभाळता येत नाही… तिच्याजवळ नेतृत्व-कौशल्याचा आणि कल्पकतेचा अभाव आहे, अशा टीकेला तिला तोंड द्यावे लागले.

त्यातच टांझानियन सरकारने हे संशोधन केंद्र विदेशी विद्यार्थ्यांसाठी पूर्णतः बंद केले आणि त्यावर प्रशासकाची नियुक्ती केली. गोम्बे आता केवळ चिंपांझी संगोपन केंद्र व अभयारण्य झाले. या निर्णयाने आपल्यातली जीवनशक्ती कुणी शोषून घेत आहे, असे तिला वाटले. निराशेने ती अत्यंत अस्वस्थ झाली. अखेर अत्यंत जड अंतःकरणाने तिने गोम्बे सोडण्याचा निर्णय घेतला.

याच काळात जेनला स्टॅनफोर्डवरून आमंत्रण आले होते. ते तिने अत्यंत जड अंतःकरणाने स्वीकारले. स्टॅनफोर्ड विद्यापीठाने तिची मानद प्राध्यापक व संशोधन मार्गदर्शक म्हणून नियुक्ती केली होती. परंतु या वेळीदेखील दुर्दैवाने तिची पाठ सोडली नाही. गोम्बे प्रकरणानंतर तिच्याबद्दल बनलेले मत तिचा पाठलाग करतच होते. स्टॅनफोर्ड येथेदेखील गोम्बे प्रकरणावर वारंवार चर्चा होऊ लागली. अतिरेकी हल्ला प्रसंगामुळे जेनवर टीकेचा भडिमार होत असे. तिला वारंवार वेगवेगळ्या प्रसंगी टीका आणि आक्षेपांना सामोरे जावे लागले.

या काळातदेखील व्हेने तिला सातत्याने धीर देत होती. तिचा आत्मविश्वास आणि कामामधील रुची कायम टिकवून ठेवण्यासाठी व्हेने जिवापाड प्रयत्न करत असे. जेनला गोम्बेची वारंवार आठवण येत असे. ते तिचे जीवनसर्वस्व होते. तिला गोम्बेशिवाय आयुष्य अर्थहीन आणि अपूर्ण वाटू लागले. अखेर स्टॅनफोर्डमधील आपले अध्ययनाचे कार्य संपवून तिने गोम्बेला परतण्याचा निर्णय घेतला. आयुष्यातील या सर्वांत खडतर आणि अवघड प्रसंगाला तिने खंबीरपणे सामोरे जायचे ठरवले.

●●●

प्राणिजीवनाची कैवारी आणि संरक्षक

१

जेनचे सारे आयुष्य चिंपांझींच्या संरक्षण व संवर्धनासाठी वाहिलेले होते. तिच्या लेखी चिंपांझी हा केवळ संशोधनाचा विषय नव्हता; तर तो निसर्गाच्या एका मोठ्या शृंखलेच्या संरक्षणाचा अत्यावश्यक भाग होता.

१९८६मध्ये चिंपांझींज् ऑफ गोम्बे हे पुस्तक प्रकाशित झाले. त्यातून तिला केवळ अभूतपूर्व प्रसिद्धीच प्राप्त झाली नाही; तर तिच्या आयुष्याला एक वेगळीच कलाटणी मिळाली. तिच्या लिखाणाचे परिशीलन करण्यासाठी १९८६मध्ये एक परिषद झाली. त्यात जगभरातून नामवंत विद्वान, आदिम प्राणिशास्त्राचे (प्रायमार्थॉलॉजी) अभ्यासक आणि अनेक संशोधक सहभागी झाले. तिच्या कार्याचे विविध अंगांनी परिशीलन, परीक्षण करण्यात आले. तिचा गौरव झाला. तिला कृतार्थ झाल्यासारखे वाटले.

या परिषदेच्या अखेरीस एक महत्त्वाचा प्रश्न उपस्थित झाला. चिंपांझींचे भवितव्य काय? वाढत्या हत्या, शिकाऱ्यांचे हल्ले, राखीव जंगलांची घटती भूमी, जंगलकटाई, भूक्षरण आणि शासनाची व समाजाची उदासीनता यांमुळे हा वन्यजीव अस्तित्वात राहील काय? त्याचे भवितव्य कसे असेल? चिंपांझीला जगण्याची, वाढण्याची संधी मिळेल काय?

अनेक तज्ज्ञांनी आणि विद्वान प्राणिशास्त्रज्ञांनी चिंपांझींच्या संरक्षणासाठी योजना मांडल्या. अखेर सर्वसंमतीने 'कान्झर्व्हेंशन ॲण्ड केअर फॉर चिंपांझीज्' ही संस्था स्थापन करण्यावर एकमत झाले. त्याला जेन गुडाल इन्स्टिटट्यूटचे सहकार्य व मार्गदर्शन मिळणार होते, तरीदेखील ही संस्था स्वायत्त राहणार होती.

जेनने त्यानंतर विविध ठिकाणी चिंपांझींच्या प्रश्नांबाबत व्याख्याने दिली, त्यांच्या समस्या आणि संवर्धनाची निकड यावर प्रभावीपणे आपले मत मांडले. परंतु एक गोष्ट तिला प्रकर्षने जाणवली; ती म्हणजे, जगापुढे असणाऱ्या इतर समस्यांच्या जंजाळात चिंपांझींकडे गंभीरपणे पाहणारे लोक कमी आहेत. यापुढे आपले कार्य चिंपांझींचे संरक्षण आणि संवर्धन हेच आहे. एका व्रतस्थ आणि संकल्पाधिष्ठित विचाराने आपण हे कार्य करावे, असे तिने ठामपणे ठरवले.

२

आता आपले जीवितकार्य केवळ चिंपांझींबाबत संशोधन व लेखन एवढेच सीमित ठेवता येणार नाही; तर त्यांचे संगोपन, संवर्धन व संरक्षण हीसुद्धा आता आपलीच जबाबदारी आहे, याची तिला जाणीव झाली. एक अत्यंत कडव्या आणि निष्ठावान कार्यकत्याप्रमाणे जेनने ते कार्य अंगीकारले.

चिंपांझींची समस्या अद्यापदेखील अस्पर्श आहे. विसाव्या शतकाच्या प्रारंभी २० लाख चिंपांझी होते, त्यांची संख्या घटून केवळ दोन लाख राहिली आहे. मात्र, यातले गांभीर्य अजूनही दुर्लक्षितच राहिले आहे. ९० टक्के चिंपांझी काळाच्या ओघात विनाश पावले आणि हळूहळू नष्टप्राय होतील अशी साधार भीती वाटत आहे, याची तिला ज्या तीव्रपणे जाणीव झाली, तशी ती जगाला नाही, हेदेखील तिच्या लक्षात आले.

आपण आपले उर्वरित आयुष्य चिंपांझींसाठीच वेचायचे, हा तिच्या मनाचा निर्धार झाला. त्या अनुषंगाने तिचा अविरत परिश्रमाचा प्रवासही सुरू झाला. चिंपांझींचे

विविध कारणांसाठी अपहरण व हत्या होते. प्रामुख्याने संग्रहालये, श्रीमंत लोक, सर्कस आणि इतर लोक चिंपांझींची मागणी करतात. त्यातूनच त्यांची हत्या होते. त्यासाठी एक जबरदस्त प्रचार-मोहीम तिने आखली.

जेनने विविध पत्रिकांमधून, मासिकांमधून विपुल लेखन केले. चिंपांझींबाबत जागरूकता निर्माण करण्यावर भर दिला. विविध समाजसेवी संस्था आणि प्राणिमित्र व संरक्षण संस्थांना तिने प्रेरणा दिली.

त्यामुळे आफ्रिकेच्या विविध भागात चिंपांझी आणि इतर प्राण्यांच्या संरक्षणासाठी आक्रमकपणे कार्यवाही होऊ लागली. अभयारण्ये आणि संरक्षित वने निर्माण करण्यावर भर देण्यात येऊ लागला.

आफ्रिकेतील विविध प्राणिसंरक्षण व वन्यजीव सुरक्षा करणाऱ्या संस्थांना प्रारंभी जेन ही आत्ममग्न, स्वयंकेंद्री व्यक्ती आहे, असे वाटत होते. ती इतर संघटनांना व व्यक्तींना साहाय्य करण्यासाठी उत्सुक नाही... स्वतःच्या व गोम्बेच्या पलीकडे विचार करण्यास तयार नाही, असा त्यांचा आक्षेप होता. तो बऱ्याच अंशी खरादेखील होता. परंतु हळूहळू जेनचा दृष्टिकोन अधिक व्यापक आणि सर्वसमावेशक झाला. तिने आफ्रिकेतील विविध स्वयंसेवी संघटना व वन्यजीव संरक्षण संस्था, प्राणिहक्क संरक्षण संस्था यांना मदत करणे, त्यांना सल्ला व साहाय्य देण्यात पुढाकार घेतला. परिणामी, झैरे, रवांडा, सिएरा लीओन व इतर अनेक ठिकाणी अभयारण्ये स्थापन झाली. चिंपांझींबाबत जेनचे प्रेम बेगडी नव्हते. तिच्या ध्यानी-मनी-स्वप्नी फक्त चिंपांझी होते. तिचा 'चिम्प्स ऑफ गोम्बे' हा उपक्रम प्रचंड यशस्वी झाला. त्यातून साऱ्या जगात वन्यप्राणी व आफ्रिकेतील जीववैभव व वनसृष्टीबाबत आत्मीयता व कुतूहल निर्माण झाले. हेच तिचे खरे यश आहे.

तिला जगभर व्याख्याने, परिसंवाद आणि चर्चासत्रे यासाठी आमंत्रणे येऊ लागली. दूरदर्शनवर आणि रेडिओवर तिचे कार्यक्रम व भाषणे होऊ लागली. 'नाईटलाईन' 'गुड मॉर्निंग अमेरिका' आणि 'नॅशनल जिऑग्राफीक एक्सप्लोरर्स' यासारखे कार्यक्रम सर्वदूर

आवडीने ऐकले व पाहिले जाऊ लागले. आपले यश, लौकिक व कीर्ती या सर्वांचे श्रेय केवळ चिंपांझींमुळे आहे हे ती प्रांजळपणे मान्य करत असे. जेनची कामगिरी असामान्य दर्जाची आहे, हे आता साऱ्या जगाने स्वीकारले. तिचे असामान्य परिश्रम, निष्ठा, जिद्द व साहस यामुळे ती अभ्यासकांचा व संशोधकांचा आदर्श म्हणून गौरवली गेली.

३

वन्यजीव संरक्षण व प्राणिहिताचे संगोपन करणाऱ्या अनेक संस्था जगभर कार्यरत आहेत, त्यांना जेनच्या कार्याने पाठबळ व सामर्थ्य मिळाले. त्याच वेळी काही संस्था व कार्यकर्त्यांना मात्र अनेक शंका होत्या. प्रयोगशाळा, प्राणिसंग्रहालये व इतर ठिकाणी वन्यप्राण्यांवर अत्याचार होतात, त्यांचे योग्य संगोपन, निगा ठेवली जात नाही, असे त्यांना वाटत होते. त्यांच्यापैकी काही अतिउत्साही व आक्रमक वृत्तीच्या कार्यकर्त्यांनी काही प्रयोगशाळांवर अवचित धाडी टाकल्या. तेथील अवस्था दयनीय असून तिथे प्राण्यांवर अनन्वित अत्याचार होतात, असे त्यांनी लक्षात आणून दिले. जेनच्या गोम्बेमधील व्यवस्था मात्र उन्नत दर्जाची होती. तरीदेखील सर्वत्र चर्चा व टीका मात्र झाली. जेनने पुढाकार घेऊन आपली बाजू मांडली आणि अखेर वादावर पडदा पडला.

या सर्व प्रकारच्या चर्चा, टीका आणि आव्हानांतून जेनचा प्रवास पुढेच सुरू होता. आपण आपले ध्येय साध्य करावयाचे या एकाच निर्धाराने ती पुढे जात होती. त्यात खंड पडला नाही. विलक्षण धैर्य आणि मनोबलाच्या साहाय्याने तिने आपले जीवितकार्य सफल केले.

१९८० ते १९९०चे दशक जेनकरिता विलक्षण वादळी आणि धावपळीचे सिद्ध झाले. नवे उपक्रम हाती घेण्याचा आनंद अवर्णनीयच होता; तर अनेक कटू व दुःखद घटनांचे लहान-मोठे

प्रसंगदेखील पुढे येत होते. दुःख आणि आनंद यातही तितक्याच समतोल वृत्तीने ती नवीन आव्हाने स्वीकारत होती.

दरम्यान, तिने एका नवीन प्रकल्पाला अत्यंत उत्साहाने सुरुवात केली. चिंपांझींविषयींची परिपूर्ण माहिती जगाला प्राप्त व्हावी, त्यांच्याबद्दल आत्मीयता आणि सहानुभूतीचे वातावरण निर्माण व्हावे, या हेतूनेच हा प्रकल्प राबवण्यात आला होता. या प्रकल्पाचे नाव होते– रुट्स ॲण्ड शूट्स.

हा कार्यक्रम मुख्यत्वेकरून चिंपांझींबाबत जागरूकता आणि त्यांच्या घटत्या संख्येबाबत जाणीव निर्माण करण्यासाठी होता. विद्यार्थी, लहान मुले यांना जेनचे नाव तिने लिहिलेल्या लहान मुलांच्या पुस्तकामुळे माहीत होतेच. परंतु त्यासोबतच 'रुट्स ॲण्ड शूट्स'च्या माध्यमातून प्राणिजीवनाबाबत आत्मीयता निर्माण करणे, हा एक महत्त्वाचा उद्देश होता.

या कार्यक्रमाच्या माध्यमातून, शाळांमधून, लहानमोठ्या मंडळांमधून आणि इतर विविध व्यासपीठांवरून प्राणिजगत आणि त्यांचे आपल्या जीवनातील महत्त्व विषद केले गेले. मुलांना विविध प्रकल्प, प्रात्यक्षिके व प्रयोगांच्या माध्यमातून जैवविविधता, प्राणिजीवन व निसर्गाचे जीवनचक्र आणि प्राण्यांच्या अकारण हत्यांमुळे होणारी निसर्गाची हानी याची कल्पना देणे, त्यांना त्याबाबत सजग करण्याचा हा प्रयत्न होता.

जेनचा हा उपक्रम अतिशय लोकप्रिय व यशस्वी झाला. त्यातील विविध उपक्रमांचा मुलांनी, पालकांनी व शाळांनी उत्स्फूर्तपणे स्वीकार केला. ८७ देशांत या उपक्रमाचे दोन हजारांहून अधिक अभ्यासगट स्थापन झाले. त्यानंतरही त्यांचा विस्तार वाढतच गेला.

रूट्स ॲण्ड शूट्स यशस्वीपणे राबवणे जेनला महत्त्वाचे वाटत होते. त्याहीपेक्षा अधिक महत्त्वाचे होते चिंपांझींची कायम संरक्षण व्यवस्था करणे, त्यासाठी योग्य जनमत निर्माण करणे, विविध आफ्रिकन देशांमध्ये चिंपांझींच्या संगोपन व संवर्धन यासाठी उचित अभयारण्ये व संरक्षित वनस्थळे उभारणे. त्यासाठी केवळ व्याख्याने व परिषदांमधून आपली मते मांडून हे कार्य होणार नाही; तर त्यासाठी अधिक भरीव उपाययोजनांची गरज आहे, हे तिच्या लक्षात आले.

१९९४मध्ये TACARE या नावाचा प्रकल्प युरोपीय युनियनच्या सहकार्याने राबवण्याचे ठरवण्यात आले. त्यासाठी जेनला प्रकल्प प्रमुख करण्यात आले. TACARE: Tanganyika Catchment Reforestation and Education हा प्रकल्प जेन गुडाल इन्स्टिट्यूटच्या माध्यमातून राबवण्यात आला. या प्रकल्पाच्या माध्यमातून घटते वनस्थळ, जंगलकटाई आणि पर्यावरण ऱ्हास रोखण्यासाठी विविध उपक्रम राबवण्यात आले. स्थानिकांना वनसंरक्षणासाठी साहाय्य, प्रशिक्षण व मदतदेखील करण्यात आली.

१९८६पासून जेनची भटकंती अखंडपणे सुरू आहे. गेली अनेक वर्षे कुठल्याही संकटांची तमा न बाळगता चिंपांझी आणि वनसंरक्षण हा एकच ध्यास घेऊन तिची भ्रमणगाथा चालू आहे. वर्षाच्या ३६५ पैकी ३०० दिवस सतत विविध देश, संस्था आणि व्यक्ती यांना भेट देणे, हा तिच्या जीवनाचा अविभाज्य भाग आहे.

विविध स्तरांवरून जगातील विविध संस्थांशी व व्यक्तींशी ती संपर्क साधत होती. दररोज व्याख्याने, चर्चा, परिसंवाद, मुलाखती आणि संवाद यांच्या माध्यमातून आपल्या विचारांचे महत्त्व पटवून देण्याचा प्रयास करत होती. विविध देश, शहरे, विद्यापीठे, संशोधन संस्था यांमार्फत ती संवाद साधत असे. कोणत्याही शहरात तीनपेक्षा अधिक दिवस निवास करण्याचे ती टाळत असे. त्यामुळे तिला अनेक संस्थांना व व्यक्तींना भेटण्याची व आपला वेळ कार्यक्षमपणे वापरण्याची संधी मिळत असे. यातूनच तिला अनेक हितचिंतक, मित्र व सहकारी लाभले. त्यांचे सहकार्य व मौलिक विचार तिच्या कार्याला व्यापक आणि लोकप्रिय करण्यात साहाय्यभूत होत आहेत.

तिने आपले लेखन व संपर्क यामध्ये संतुलन साधण्यासाठी विशेष प्रयास केले. दररोजचा काही वेळ तिने लेखन व पत्रांचे उत्तर देण्यासाठी राखीव ठेवला आहे.

आपला फावला वेळ ती इंग्लंडमधील आपल्या पारंपरिक निवासस्थानावर व्यतीत करते. बोर्नमाउथ येथील बर्चेसमधील परंपरागत घर तिचे सर्वांत आवडते स्थान आहे. आपल्या बालपणापासून तर आजपर्यंतच्या सर्व आठवणी, स्मृतिप्रसंग पुन:पुन्हा जगण्यासाठी, ते स्मृतिवैभव समृद्ध करण्यासाठी आणि जीवनाला नवा तजेला, उत्साह मिळण्यासाठी हे घर म्हणजे एक न संपणाऱ्या उत्साहाचा झरा आहे.

<h2 style="text-align:center">५</h2>

चार दशकांचा गोम्बे येथील संशोधन आणि अध्ययनाचा प्रवास अनेक कडूगोड स्मृतींनी भरलेला आहे. सुरुवातीला येणाऱ्या भाषेच्या, समजुतींच्या-अपसमजाच्या आणि रूढीपरंपरांच्या अडचणींवर तिने मोठ्या समजूतदारपणे मात केली आहे. गोम्बे आणि गुडाल पूर्णत: एकरूप झाले आहेत. तिला मिळालेल्या यशाचे, सन्मानाचे, गौरवाचे खरे श्रेय ती चिम्प्सला देते. आपण जे काही केले, ते मानवता आणि सहृदयवृत्ती यातून केले आहे. मानवाप्रमाणेच प्राण्यांना या वसुंधरेच्या विविधतेचा लाभ घेण्याचा, आनंद लुटण्याचा अधिकार आहे. आपण निसर्गाची मुले आहोत, स्वामी नाही; हे प्रत्येकाने लक्षात घ्यावे असे तिला प्रामाणिकपणे वाटते.

मनुष्याने प्रचंड प्राणिहत्या करून निसर्गाचा समतोल बिघडवला आहे, असे तिला मनापासून वाटते. ती स्वत: पूर्णत: शाकाहारी असून त्याचा तिला सार्थ अभिमान आहे. वने, वन्यजीव आणि परिसरातील निसर्गसंपदा आपल्याला वरदान रूपात प्राप्त झाली आहे, तो आपला वारसा आहे. आपल्या नंतरच्या पिढीसाठी आपण तो जोपासला पाहिजे, असे ती ठामपणे प्रतिपादन करते.

जेनला प्राप्त होणाऱ्या विविध देणग्या, उपहार, मानधन आणि इतर अनुदाने यांचा संपूर्ण वापर केवळ गोम्बे येथील प्रयोगशाळा, चिंपांझी संरक्षण आणि विविध सहयोगी संस्थांसाठी खर्च होतो. तरीदेखील हा निधी पुरेसा नसतो. जेनचे

प्रयत्न मात्र कायम सुरूच आहेत. गोम्बे, चिंपांझी आणि वन्यजीवांचे संवर्धन व संरक्षण करण्यासाठी आपल्याला अंतिम श्वासापर्यंत हा संघर्ष करावयाचा आहे; अखेरपर्यंत लढायचे आहे आणि हे युद्ध जिंकायचे आहे, याची तिला जाणीव आहे.

वन्यजीवांबाबतच्या तिच्या विचारांना अनेकांनी विरोधही केला. मांसाहारी लोकांना तिचा दृष्टिकोन व विचार अयोग्य वाटतो. अनेकांना पशुहत्या गैर वाटत नाही. प्रयोग करण्यासाठी, मनोरंजन आणि औषध निर्मितीसाठी प्राण्यांचा वापर करणे योग्यच आहे, असा युक्तिवाददेखील केला जातो. जेनला या सर्व आक्षेपांची जाणीव आहे. पण तिचा प्रश्न अगदी साधा; पण महत्त्वाचा आहे : या पृथ्वीवर परमेश्वराने मानव आणि प्राणी यांच्याकरिता एकसमान विश्व निर्माण केले असताना या निरपराध व असहाय प्राण्यांची हत्या करण्याचा, त्यांना संपवण्याचा हक्क मानवाला कोणी दिला?

प्रत्येकाला आपल्या पद्धतीने आनंदाने व इतरांवर अन्याय न करता जीवन जगण्याचा अधिकार आहे. तो केवळ मानवापुरता सीमित नसून प्राण्यांचासुद्धा तो नैसर्गिक अधिकार आहे.

●●●

लेखन, प्रकाशन व प्रसिद्धी

गोम्बेमधील खडतर काळ जेनकरिता परीक्षेचाच होता. विविध प्रकारची संकटे, आव्हाने आणि प्रतिकूल परिस्थितीशी संघर्ष करत जेनने आपला अध्ययन व संशोधनाचा प्रवास पुढे चालू ठेवला होता. गोम्बेवरील दुःख, संकटे आणि टीका या गोष्टी तिला अस्वस्थ करत होत्याच; त्याचबरोबर भविष्याप्रति अविश्वासदेखील निर्माण करत होत्या. परंतु आव्हाने आणि अडचणींमधून संधी शोधणाऱ्या जेनला त्याची फारशी तमा नव्हती.

या काळात जेनला एक लायक, कर्तबगार आणि कुशल संशोधक म्हणून मान्यता प्राप्त झाली होती. संशोधनाच्या क्षेत्रात तिचा नावलौकिक आणि दबदबा वाढतच होता. १९७१मध्ये तिचे *The Shadow of Man* पुस्तक प्रकाशित झाले. गोम्बेमधील विविध प्रयोग, अध्ययन, निरीक्षणे व संशोधन यांवर आधारित हे पुस्तक मौलिक स्वरूपाच्या अध्ययनाचे सारभूत होते. या पुस्तकाचे मोठ्या उत्साहाने व आदराने स्वागत केले गेले. त्याला प्रचंड प्रसिद्धी व लोकप्रियता प्राप्त झाली. त्याची अनेक भाषांत भाषांतरे झाली आहेत. आजदेखील त्याच्या नवीन आवृत्त्या प्रकाशित होत आहेत.

या यशाने जेनला मनस्वी आनंद झाला. आपल्या कार्याची जगाने नोंद घेतली, त्याची दखल केवळ वैज्ञानिक आणि जिज्ञासू जगानेच घेतली नाही; तर सर्वसामान्य वाचकानेदेखील त्याचे मनापासून स्वागत केले, ही बाब तिला सुखावत होती. या यशाने तिचा उत्साह दुणावला.

त्यानंतर तिने लेखनकार्याला वेग दिला. विविध संशोधनपर पत्रिका आणि मासिके व इतर ठिकाणी तिचे लिखाण आवर्जून प्रकाशित होऊ लागले. तिच्या संशोधन व

अध्ययनाकडे सारे जग उत्सुकतेने व मोठ्या आत्मीयतेने पाहत होते. याच काळात जेनच्या प्रतिमेला नवे धुमारे फुटले. तिने लहान मुलांकरितादेखील लेखन केले. ग्रब आणि बुशबेबी ही दोन पुस्तके तिने बालवर्गकरिता प्रकाशित केली. एका मोठ्या वर्गाला आपल्या लेखनाने तिने स्वत:कडे आकर्षित केले होते.

यादरम्यान जेनने आपले अनुभव, निरीक्षणे आणि संशोधनाचे निष्कर्ष यांना सूत्रबद्ध पद्धतीने मांडण्याचे प्रयास केले. आपले संशोधन योग्य व शास्त्रीय पद्धतीने शब्दबद्ध करण्याकडे तिचा कल वाढला. तिला यात तिच्या सहकाऱ्यांचे विशेष साहाय्यसुद्धा प्राप्त झाले. चिंपांझींचे वर्तन, सामाजिक रचना आणि जीवनशैली याबाबत लेखन करतानाच तिने टांझानियाच्या स्थानिक लोकांकरिता समाजहिताचे प्रकल्प राबवणे सुरू केले.

दहशतवादी हल्ले आणि चिंपांझींचा मृत्यू यांमुळे गोम्बे येथील संशोधन केंद्र टीकेच्या तडाख्यात सापडले होते. विविध प्रकारचे आक्षेप आणि आरोप यामुळे गोम्बे येथील संशोधन केंद्राबाबत संदेहाचे वातावरण निर्माण झाले होते. परंतु जेनला गोम्बेचे केंद्र आणि तेथील संशोधनकार्य जिवंत ठेवायचे होते. तेच तिच्या आयुष्याचे खरे ध्येय होते, तिचे जीवनसर्वस्व होते. त्यासाठी ती अविरत प्रयास करत होती. यादरम्यान तिचे आणि तिच्या पतीचे टेलीफोनवरून अथवा दूरसंचाराच्या माध्यमातून बोलणे होत असे. तिला आपले संशोधनविश्व विलक्षण सुखावणारे आणि व्यस्त ठेवणारे होते.

गोम्बेचा कारभार आणि संशोधनकार्य या अवघड परिस्थितीवर मात करून पुढे चालू ठेवणे महत्त्वाचे आहे, असे तिला वाटत होते. परंतु स्टॅनफोर्ड विद्यापीठातून कार्यमुक्त झाल्यावर तिचा पैशाचा ओघ आटला होता. पैशाअभावी हा व्याप पुढे चालू ठेवणे अतिशय अवघड कार्य होते. संशोधनकेंद्रासाठी सतत निधीची गरज होती. गोम्बे केंद्राबाबतचे गैरसमज आणि अफवा यांमुळे तिला निधी मिळणे अवघड होत होते.

नॅशनल जिऑग्राफीक सोसायटीकडून थोडाफार निधी मिळत होता; परंतु तो मुख्यत्वेकरून लेख लिहिण्यासाठी व माहितीपट तयार करण्यासाठी होता. त्यातून फारशी प्राप्ती होत नसे. परंतु तिचे परिश्रम आणि कार्यावरील असाधारण विश्वास याची तिला लवकरच प्रचिती आली. परमेश्वर एक दरवाजा बंद करतो, तर दुसरीकडे खिडकी उघडत असतो, असे तिला वाटले. १९७७मध्ये तिचे काही मित्र आणि हितचिंतक यांनी तिच्या कार्याचा यथोचित सन्मान व्हावा व ते सतत सुरू राहावे यासाठी प्रयास करण्याचे ठरवले. त्यासाठी त्यांनी एका स्वायत्त आणि स्वनिधीवर संचालित संस्था स्थापन करण्यासाठी पुढाकार घेतला. या संस्थेचे नाव होते, 'जेन गुडाल इन्स्टिट्यूट फॉर वाईल्ड लाइफ रिसर्च एज्युकेशन अँड कॉन्झर्व्हेशन'.

या संस्थेची औपचारिकपणे स्थापना करण्यासाठी तिला अनेकांनी सहकार्य केले. अखेर जेनचे स्वप्न साकार झाले. तिला अपेक्षित

असणारा एक महत्त्वाचा टप्पा तिने पूर्ण केला. नियतीने तिच्यावर पुन्हा एकदा आपल्या कृपादृष्टीचा वर्षाव केला. संशोधन व विकासकार्यांसाठी जेनची संस्था पुन्हा एकदा सज्ज झाली. आता निधी व अनुदानासाठी तिला इतरांवर विसंबून राहायचे नव्हते. कालांतराने या संशोधनकेंद्राच्या शाखा विविध ठिकाणी स्थापन झाल्या.

गोम्बे येथील चिंपांझींच्या समूहाचे नियमित निरीक्षण व अध्ययन सुरू होतेच. त्यातून अनेक लक्षणीय गोष्टी पुढे आल्या. या परिसरात अध्ययनासाठी असलेल्या चिंपांझींच्या समूहाचे दोन गट करण्यात आले होते. पाळीव गट आणि इतर चिंपांझींचा गट यात सतत हाणामाऱ्या आणि संघर्ष होऊ लागला. माणसांप्रमाणेच चिंपांझींमध्येदेखील वर्चस्व, ईर्षा आणि संघर्षाची भावना असत, असे लक्षात येऊ लागले. रानटी गटातील चिंपांझींचे नर इतर समूहातील मादा व अर्भकांनाच नव्हे, तर नर-चिंपांझींची शिकार करून त्यांना ठार मारत होते. त्यांना आपल्या समूहाचे त्या संपूर्ण परिसरावर वर्चस्व हवे होते. हा खुनी आणि रक्तरंजित संघर्ष चार वर्षे चालला. त्यात दुसऱ्या चिंपांझींच्या गटाचे अनेक नर, मादा व लहान चिंपांझी मारले गेले. अखेर सत्तांतराची ही प्रक्रिया पूर्ण झाली. दुसऱ्या चिंपांझींचा गट पूर्णतः नामोहरम झाला. परंतु रानटी गटाच्या चिंपांझींच्या नरांचे त्याने समाधान झाले नाही. त्यांनी आपल्याच समूहातील मादा व पिल्ले आणि काही नरांचीसुद्धा हत्या केली. चिंपांझींचे हे वर्तन जेन आणि तिच्या सहकाऱ्यांना अनाकलनीय होते. त्यावर खूप चर्चा, अध्ययन आणि वेगवेगळ्या दृष्टिकोनातून विचार करण्यात आला. त्या सर्व चर्चेचे निष्कर्ष आणि सार विविध प्रकारच्या सिद्धान्तांना आणि कल्पनांना पुढे आणत होते. त्यातून चिंपांझींच्या वर्तनाच्या यापूर्वी लक्षात घेण्यात न आलेल्या पैलूंवर प्रकाश पडणार होता.

आपल्या या दुःखद आणि भयावह निरीक्षणांवर आधारित जेनने काही महत्त्वपूर्ण टिपणे तयार केली. चिंपांझींच्या वर्तनातील परिवर्तन, त्यांच्या गटाअंतर्गत आणि बाहेरच्या गटातील चिंपांझींशी असणारे संबंध, त्यातील भावनिक आणि मानसिक आंतरव्यापार यांचा खूपच सूक्ष्मपणे अभ्यास करण्यात आला होता. चिंपांझींची भूमिका

आणि मनोव्यापार यावर विविध प्रकारे विचार करून जेनने एक महत्त्वपूर्ण लेख नॅशनल जिऑग्राफीकसाठी १९७९मध्ये प्रकाशित केला. त्या लेखाचे शीर्षक होते, Life and Death at Gombe. तो लेख खरोखरच खळबळजनक होता. त्या लिखाणातून चिंपांझींच्या वर्तनाबाबत नवी व विचारप्रवर्तक तथ्ये समोर आणण्यात आली होती. त्यामुळे एक मोठे वैचारिक वादळ सुरू झाले. जेन पुन्हा वादाच्या भोवऱ्यात सापडली. त्या लेखातून चिंपांझींचे अत्यंत कठोर आणि रंजित स्वरूपात वर्णन करण्यात आल्याचा आक्षेप घेण्यात आला. गोम्बेमधील हत्या व संघर्ष यांचे हे अतिरंजित चित्रण आहे, असेही सांगण्यात आले. हे लिखाण केवळ दृष्टान्तवजा आहे, ते वास्तवापासून दूर आहे, असादेखील आक्षेप टीकाकारांकडून घेण्यात आला. जेनचा हा लेख सत्य आणि तथ्ये यांची तर्कशुद्ध व शास्त्रशुद्ध मांडणी करणारा नाही, त्यात आपली व्यक्तिगत मते आणि विचार यांचा प्रचुर वापर करण्यात आला आहे, असादेखील आक्षेप घेण्यात आला. याचा जेनच्या लौकिकावर खूप विपरीत परिणाम झाला. जेनने त्याचे जोरादार खंडन करत सर्व निष्कर्ष प्रत्यक्ष पाहणी आणि तथ्यांवर आधारित असल्याचा प्रतिवाद केला.

यानंतर दोन वर्षांनी जेनला एका विशेष व्याख्यानासाठी लिकी फाउंडेशनद्वारे आमंत्रित करण्यात आले. तिने ते आमंत्रण जरा अनिच्छेनेच स्वीकारले; पण त्यातही एक संधी दडल्याचे तिला जाणवले. आपण या व्यासपीठाचा योग्य प्रकारे उपयोग करून आपल्यावरील आक्षेपांचे आणि आरोपांचे निराकरण करू शकतो, आपल्या लेखातील ठळक मुद्द्यांचे योग्य समर्थन करू शकतो, हे तिच्या लक्षात आले. तिने त्या व्याख्यानासाठी निवडलेल्या विषयाचे शीर्षक होते, Canibalism and Warfare in Chimp Society. विषय निवडल्यावर तिने अत्यंत काळजीपूर्वक आपल्या विषयाच्या समर्थनार्थ टिपणे काढली. विविध उदाहरणे, दाखले व प्रत्यक्ष निरीक्षणे यांचा तिने वापर केला.

व्याख्यान सुरू करण्यापूर्वी तिने श्रोत्यांची क्षमा मागितली. आपण हा विषय का निवडला, याचे योग्य व तर्कशुद्ध स्पष्टीकरण देऊन तिने व्याख्यानाला प्रारंभ केला.

तिचे हे व्याख्यान खूपच गाजले. त्यातील मुद्दे, स्पष्टीकरण आणि विचार अत्यंत प्रगल्भ, परिपूर्ण आणि तर्कशुद्ध होते. तिच्या व्याख्यानात एका संपूर्ण विचाराचे स्पष्ट आणि समग्र दर्शन होते. या व्याख्यानातून तिने नॅशनल जिऑग्राफीकमधील आपला विचार अधिक स्पष्टपणे मांडला. तिला चिंपांझींच्या वर्तनाचे, त्यांच्या संघर्षाचे आणि सत्ताभिलाषेचे योग्य व स्पष्ट विवेचन करता आले. सर्व आक्षेपांचे तिने खंडन केले.

एक-दोन चिंपांझींचे वर्तनदेखील संपूर्ण समूहावर प्रभाव करू शकते, त्यामुळे एक दीर्घ काळ जाणवणारा प्रभाव राहतो, हे तिने साधार सिद्ध केले.

१९७५मध्ये तिने आपला विचार अत्यंत सोप्या; पण स्पष्ट शब्दांत मांडला— चिंपांझी हे बऱ्याच अर्थांनी व बऱ्याच प्रमाणात मनुष्यांसारखे वर्तन करतात. त्यांच्या आणि मनुष्यांच्या वर्तनात विलक्षण साधर्म्य आणि एकरूपता आहे. सारे शास्त्रीय जग या साध्या निष्कर्षनि चकित झाले.

काळ चक्रनेमीक्रमाने पुढे जात होता... सुख-दुःखाचे रहाटगाडगे खालीवर करत होते... भवितव्य आपल्या गतीने प्रवास करत होते... जेनच्या कार्याचा सगळीकडे गौरव आणि सन्मान होत होता... तिची कीर्तिपताका सर्वदूर तळपत होती. १९७४ ते १९८४ यादरम्यान तिला अनेक सन्मान, गौरव व पुरस्कार विविध संस्था आणि विद्यापीठांकडून प्राप्त झाले. यादरम्यान तिला नॅशनल जिऑग्राफीकचा मोठा सन्मान प्राप्त झाला. 'गुडाल आणि तिचे उल्लेखनीय कार्य' यावर नॅशनलने एक पूर्ण लांबीचा चित्रपट तयार केला. त्याच दरम्यान तिला 'मे पी गेटी वाइल्ड लाईफ कान्झर्व्हेशन' प्राईज प्राप्त झाले. विविध संशोधन पत्रिकांनी जेनवर लेख आणि माहितीपर आलेख प्रकाशित केले. कोणालाही हेवा वाटावा अशी गौरवसंपन्न कारकिर्द साध्य करणारी जेन ही एक आगळीवेगळी महिला होती.

कीर्ती आणि टीका, प्रसिद्धी, सन्मान आणि आक्षेप यांचा ऊनपावसाचा खेळ चालूच होता. जेनचे लक्ष मात्र आपल्या संशोधनाकडे आणि लेखनाकडे होते.

यादरम्यान तिने काही काळ आपल्या पतीसोबतच व्यतीत करायचे ठरवले. १९७९च्या दरम्यान डेरेक ब्रायसेसन यांची प्रकृती कमजोर झाली. त्यांना कॅन्सरचे निदान झाले. विविध प्रकारचे उपचार आणि औषधे यांचा वापर करण्यात येऊ लागला. तरीदेखील गुण येत नव्हता. अखेर ब्रायसेसन यांना इंग्लंडला हलवण्यात आले. परंतु तिथेदेखील अपयशच हाती आले. विविध पर्यायी औषधी पद्धतींचादेखील वापर केला गेला. तरीही प्रकृती वेगाने खालावत गेली. अखेर ब्रायसेसन वारंवार बेशुद्ध होत. हळूहळू त्यांचे सारे अवयव निकामी होत गेले. ते पाहून जेनला भडभडून येई. परंतु त्या दुर्दैवी परिस्थितीवर मात करणारे योग्य उपचार नव्हते.

अखेर १२ ऑक्टोबर १९८० रोजी ब्रायसेसन यांनी जगाचा निरोप घेतला. त्यांना जेनने अखेरपर्यंत साथ दिली. परंतु नियतीला प्रत्येक दिवस आनंदाने थोडीच घालवायचा असतो. सुख-दुःखाचा, ऊनपावसाचा खेळ सतत चालूच होता. जेनला तो क्षण अत्यंत भयावह व दुःखद वाटला. तिने अत्यंत निष्ठेने आणि ममत्वाने आपल्या पतीची सेवा

केली. परंतु त्यात यशाचे दान तिच्या पदरी पडले नाही. पतिनिधनाचा आघात ती सहन करू शकली नाही. तिचे मनोबल खचले. ती विलक्षण अस्वस्थ आणि निराश झाली.

परमेश्वराने आपल्यावर हा मोठा आघात केला आहे. आपल्या त्या जगनियंत्याच्या कृपेवर, सर्वशक्तिमान परमेश्वराच्या विश्वासावर हा आघात आहे, असे तिला वाटत होते. आपण सतत ज्या परमेश्वराची मनापासून प्रार्थना व उपासना केली, त्याने आपली ही याचना मान्य केली नाही, याचे तिला विलक्षण दुःख झाले.

पतिनिधनानंतर ती काही दिवस आपल्या आजोळी टॉम्पस्टीड येथे राहावयास गेली. आपले हरवलेले बालपण, ते गमतीदार शैशव, त्या मधुर अवखळ आठवणी तिने पुन्हा जिवंत केल्या. दुःख विसरून जीवन पूर्वपदावर येण्यासाठी हा तिचा प्रयास होता. ती पुन्हा चर्चमध्ये जाऊ लागली. हळूहळू श्रद्धेच्या आरशाला गेलेला तडा विरला. जेन पुन्हा गोम्बे येथे परत आली.

गोम्बे येथील सुरुवातीचे काही दिवस अत्यंत कष्टदायक व वेदनादायक होते. सगळीकडे पती, सहकारी व मित्र ब्रायसेसनच्या आठवणी विखुरल्या होत्या. त्याचा सहवास, त्याचा स्पर्श, त्याच्या कार्याच्या पाऊलखुणा यापासून ती स्वतःला दूर करू शकत नव्हती. महत्प्रयासाने तिने स्वतःला संशोधन, वाचन, लेखन यामध्ये गुंतवून घेतले. पूर्वपदावर येण्यासाठी तिचा हा संघर्ष विलक्षण तापदायक वाटत होता.

१९८४मध्ये आपल्या पतीच्या स्मृतिप्रीत्यर्थ तिने एक नवा प्रकल्प हाती घेतला. ब्रायसेसन यांची स्मृती व कार्य कायम व्हावे, त्याचे चिरंतन स्मारक म्हणून तिने चिंपांझींची स्वतंत्र वसाहत असणारे प्राणिसंग्रहालय स्थापन करण्याचे ठरवले. त्याचे नाव होते 'चिंपांसू'!

या प्रकल्पाचे स्वरूप जरा वेगळेच होते. हे केवळ चिंपांझींचे प्राणिसंग्रहालय नव्हते; तर त्यांचे शास्त्रीय अध्ययन, संशोधन व संगोपन करणारे ते एक परिपूर्ण केंद्र होते. त्यासाठी विविध कल्पक पद्धतींचा वापर करून निधी संकलन करण्यात आले. विविध प्राणिसंग्रहालयांना भेटी देऊन तेथील रचना व कार्यपद्धतींचा अभ्यास करून एक आदर्श, प्राणिमात्रांना सर्वांत अनुकूल असणारे ते संग्रहालय बनवण्या आले.

अनेक विद्यापीठांना, संस्थांना याबाबत साहाय्य, विनिमय व सहकार्यासाठी आवाहन करण्यात आले. त्याला चांगला प्रतिसाददेखील मिळाला. हा प्रकल्प खूपच यशस्वी झाला. जगभर जेनच्या या कल्पक प्रकल्पाचे सहर्ष स्वागत करण्यात आले. या प्रकल्पाद्वारे जगभरात होणाऱ्या चिंपांझींविषयक विविध कार्यक्रमांची, परिसंवादांची, अभ्यासाची माहिती संकलित करून ती इतरांना उपलब्ध करून देण्यात येते.

चिंपांसू प्रकल्प यशस्वी झाला आणि जेनला समाधानाचे हसू फुटले. त्याने तिचा उत्साह अधिकच वाढला. ती अधिक जोमाने कार्यरत झाली. त्या काळात गोम्बेच्या चिंपांझी प्रकल्पाला एक दर्शनीय स्थानाचे स्वरूप प्राप्त झाले. त्याचा लौकिक सर्वदूर वाढला. जगभरातील प्रवासी, संशोधक आणि चिकित्सक लोक तिथे आवर्जून हजेरी लावत. गोम्बेच्या त्या केंद्राची आता पुनर्रचना करण्यात आली आहे. नव्या इमारती, सुखसोयी, सुविधा आणि इतर साधने आता उपलब्ध झाली आहेत.

या काळात जेनला नोबेल पुरस्काराच्या समकक्ष असणारा 'क्योटो पुरस्कार' जपान सरकारने प्रदान केला. तिला आपल्या जीवनाचे सार्थक झाल्यासारखे वाटले. हा तिच्याकरिता सर्वोच्च सन्मान होता. तिने मग अनेक अमेरिकन व युरोपीय विद्यापीठांत व्याख्याने दिली. सर्वत्र तिच्या नावाचा डिंडीम वाजत होता. गुडाल हे नाव आता सर्व शास्त्रीय परिषदांमध्ये, वैज्ञानिकांमध्ये अत्यंत गौरवाने घेतले जात असे.

१९६८पर्यंत जेनच्या गोम्बे केंद्राने चिंपांझींबाबत मोठ्या प्रमाणात माहिती व संशोधन साहित्य संकलित केले होते. त्यावर आधारित एक छोटी पुस्तिका *The Behaviour of Free Living Chimpanzees in the Gombe Stream Reserve* प्रकाशित झाली होती. जेनने १९७०मध्ये अधिक विस्तृत स्वरूपात एक नवा ग्रंथ प्रकाशित केला. त्याचे शीर्षक होते– *The Chimpanzees of Gombe : Pattern of Behaviour.*

 हा ग्रंथ विशेष महत्त्वाचा मानला गेला. त्याचे मोठे स्वागत झाले. जेनला त्यातून मोठा लौकिक व मानसन्मान प्राप्त झाला.

गोम्बेच्या केंद्राला एक महत्त्वपूर्ण संशोधन केंद्र आणि चिंपांझींबाबत अद्ययावत माहिती प्रदान करणारी महत्त्वपूर्ण संस्था म्हणून लौकिक प्राप्त झाला.

हार्वर्ड युनिव्हर्सिटी प्रेसने जेनच्या 'चिंपांझींज ऑफ गोम्बे'च्या प्रकाशनाची जबाबदारी स्वीकारली. ते एक विशाल आणि खंडप्राय पुस्तक होते. त्यात माहिती, नकाशे, चित्रे आणि उपयुक्त टिपांची रेलचेल होती. त्यातून जेनची अभ्यासूवृत्ती आणि संशोधनातील सखोल जाणीव पूर्णतः दृग्गोचर झाली. त्या पुस्तकाकरिता तिला सर्वोत्कृष्ट ग्रंथाचा तांत्रिक शास्त्रीय आणि वैद्यकशास्त्रीय आर. आर. हॉकीन्स पुरस्कार प्रदान करण्यात आला. तिच्या परिश्रमाचे खऱ्या अर्थाने चीज झाले. शिकागो अॅकेडमी ऑफ सायन्सेसने त्या ग्रंथाचा विशेष उल्लेखनीय योगदान म्हणून गौरव केला.

गेली तीन तपे तिने ज्या सातत्याने एका ध्येयाचा पाठपुरावा केला ते अखेर सफल झाले. जेनला शास्त्रीय जगतात मानाचे स्थान प्राप्त झाले. सर्व जगभर तिचा एक महत्त्वपूर्ण शास्त्रज्ञ व वैज्ञानिक जगातील सन्मान्य व्यक्ती म्हणून उल्लेख होऊ लागला. ती आता कीर्ती आणि यशाच्या शिखराप्रत पोहोचली होती.

•••

जेन : एक तेजस्वी प्रेरणादायी व्यक्तिमत्त्व

जेन गुडालच्या आयुष्याचा प्रवास हा विलक्षण उत्साहाने तळपत्या व आव्हानांना सहज स्वीकारणाऱ्या व्यक्तिमत्त्वाचा प्रवास आहे. असंख्य अडचणी, संकटे आणि आव्हाने यांना सहर्ष सामोरे जाण्याचा आणि मनापासून स्वीकारलेल्या ध्येयाच्या परिपूर्णतेसाठी केलेल्या पाठलागाचा हा प्रवास विलक्षण तर आहेच; शिवाय, त्यातून अनेकांना प्रेरणा मिळावी असा ओजस्वीही आहे. एका सामान्य घरातील इंग्लिश मुलीने आफ्रिकेचे— त्यातल्या त्यात चिंपांझींच्या अभ्यासाचे स्वप्न पाहावे आणि अडचणींचा - संकटांचा विचार न करता ते जिद्दीने पूर्ण करावे, ही खरोखरच कौतुकास्पद बाब आहे.

काळ एका सरळ रेषेत धावत नाही. अक्षांश व रेखांशाच्या नागमोडी व वळणदार रेषांप्रमाणे त्याला अनेक चढउतार आहेत, बाकदारपणा आहे. त्या सर्व आव्हानांना व अडचणींना एक संधी मानून पुढे जाण्याचा निर्धाराने प्रयत्न करणे, यातच आयुष्याचे सार्थक आहे. जेन गुडाल नावाच्या मुलीने हे आव्हान ज्या तडफेने स्वीकारले, ते खरोखरच विचार करायला लावणारे आहे.

जेनला त्या काळातील परंपरावादी इंग्लिश समाजात वावरताना ज्या जगाचा व जगण्याचा अनुभव आला, त्यापेक्षा केनियातील अनुभवविश्व पूर्णतः वेगळे होते. सुधारलेले, सुसंस्कृत व प्रगतीच्या शिखरावर, उंचावर असणारे इंग्लंड आणि एका मागासलेल्या आणि अर्धनागरी केनियन समाजात प्रचंड दरी होती. ही दरी केवळ भौतिक प्रगतीची नव्हती; तर जीवनपद्धती व विचारसरणीचीसुद्धा होती.

ती भूतदयावादी दृष्टिकोनातून प्राण्यांच्या समस्यांकडे पाहत नव्हती. ती एक महत्त्वपूर्ण निसर्गविषयक आणि पर्यावरणविषयक समस्या आहे. प्राण्यांनादेखील मनुष्यांइतकाच या भूतलावर जगण्याचा हक्क आहे. आणि मानवाने हा हक्क हिरावून घेणे हा गुन्हा आहे, असे तिचे ठाम मत होते. मनुष्याप्रमाणेच वन्यप्राणी हे या वसुंधरेचे समान भागीदार आहे. वन्यजीवांची हानी करून माणूस केवळ निसर्गाचेच नाही; तर स्वतःचेदेखील अपरिमित नुकसान करत आहे, असे मत तिने वारंवार मांडले. वाढती जंगलकटाई, भूक्षरण, जंगलांवर मानवी वसाहतींचे आक्रमण, प्राणिहत्या व शिकारी यातून मानव आत्मघात करत आहे. आपल्यासाठी, आपल्या वंशजांसाठी व नंतर येणाऱ्या पिढ्यांसाठी वसुंधरेचा हा समृद्ध वारसा आपण जोपासला पाहिजे. त्यासाठी तरी हा आत्मघात आपण टाळला पाहिजे.

जेनच्या या अथक परिश्रमांना हळूहळू यश येत आहे. तिच्या विचारांचा, लिखाणांचा व कार्याचा एक हलकासा; पण निश्चित ठसा या जगावर उमटत आहे. तिने आपल्या कार्याने चिंपांझींचे अनोखे, अस्पर्श आणि अज्ञात जग सर्वांच्या परिचयाचे केले. चिंपांझी हे मानवसदृश वर्तन करतात; सुख-दुःख, आनंद-शोक, लोभ, द्वेष, ईर्षा या भावना त्यांनासुद्धा आहेत; त्यांना समूह करायला आणि आपल्या समूहाशी एकनिष्ठ राहायला आवडते; ते अत्यंत स्वच्छताप्रिय व कुटुंबवत्सल असतात; यासारखी अनेक

निरीक्षणे तिने नोंदवली. त्याचा प्रसार व प्रचार करून तिने चिंपांझी व मानवातील साधर्म्य व एकरूपता याकडे जगाचे लक्ष वेधले.

तिने चिंपांझींचा केवळ प्राणी म्हणून अभ्यास केला नाही. तिच्यासाठी ते प्रयोगशाळेतील ठरावीक प्रयोग-साहित्य नव्हते; तर मायेचा, प्रेमाचा व स्नेहाचा अनुबंध साधणारे जिवंत घटक होते. त्यामुळेच तिने त्यांना प्रयोगातील क्रमांक दिले नाही. तिच्यासाठी ते प्रयोगवस्तू (exhibit) नव्हते आणि म्हणून तिचा त्यांच्यासोबतचा व्यवहार मनुष्यवतच होता. तिने त्यांना नावे दिली, त्यांच्याशी स्नेहाचे वर्तन केले. म्हणूनच तिच्या संशोधनात मूलभूततेसोबत मानवीय भावना व ओलावासुद्धा आहे.

जेनच्या कार्याचा गौरव करणारी चित्रफीत व चित्रपट एचबीओ या मनोरंजनपर चित्रपट तयार करणाऱ्या कंपनीने तयार केली. त्यातून तिचा परिचय अधिक खोलवर झाला, त्यासोबतच तिच्या व्यक्तिमत्त्वाच्या विविध पैलूंवर प्रकाशझोतही पडला.

'ॲनिमल प्लॅनेट' या चॅनेल्सनेदेखील जेन आणि चिंपांझींवर अनेक चित्रफिती तयार केल्या. 'प्राणिहक्क व संरक्षणाच्या लढ्यातील एक कर्मठ योद्धा' म्हणून तिचा गौरव झाला. तिचे प्रेरणादायी चरित्र लहान मुलांनी वाचावे यासाठी अनेक पुस्तके लिहिण्यात आली. अनेक भाषांमध्ये अनेक लेखकांनी तिचे व्यक्तिचित्रण अत्यंत सहृदपणे व गौरवाने केले आहे.

गौरव, सन्मान आणि पारितोषिके यांचा तर जेनवर वर्षावच झाला. १९९५मध्ये इंग्लंडच्या राणीने तिला 'कमांडर ऑफ ब्रिटिश एम्परर' (CBE) हा अत्यंत महत्त्वाचा व सर्वोच्च सन्मान प्रदान केला; तर २००४मध्ये 'डेम ऑफ द ब्रिटिश एम्पायर' हा सर्वोच्च नागरी

२००४मध्ये 'डेम ऑफ द ब्रिटिश एम्पायर' हा सर्वोच्च नागरी सन्मान

सन्मान इंग्लंड सरकारने प्रदान केला. संयुक्त राष्ट्रसंघाने तिला 'मेसेंजर ऑफ पीस' हा असाधारण गौरव प्रदान केला. जेनचे कार्य व कर्तृत्व साऱ्या मानवजातीला प्रेरणादायी आहे. त्याचा अधिक प्रसार व्हावा यासाठी हा गौरव प्रदान करण्यात येत आहे, असे त्या प्रशस्तिपत्रकात नमूद करण्यात आले.

जगात सर्वत्र शांती, मानवता आणि बंधुभावाचे वातावरण निर्माण व्हावे, मानवाने निसर्गस्नेही व्हावे, यासाठी तिची धडपड आणि काम अथकपणे आजही सुरू आहे.

●●●

जेनने आपल्याला काय दिले?

मानव आणि निसर्ग यांच्यात संघर्षाचे वातावरण असले पाहिजे का? या वसुंधरेतील सर्व साधनांवर केवळ मानवांचाच हक्क आहे का? हे प्रश्न आज संपूर्ण मानवजातीला भेडसावत आहेत. वाढते प्रदूषण आणि पर्यावरणाचा ऱ्हास या समस्यांनी आज मानवाचेच अस्तित्व धोक्यात आले आहे. परंतु या समस्यांचा जनकदेखील मानवच आहे.

आपली ही वसुंधरा अनेक आश्चर्य, विविधता आणि वैशिष्ट्ये यांनी परिपूर्ण आहे. त्या विविधतेची जोपासना करणे हेच आपले कर्तव्य नाही का? आपल्या तात्कालिक स्वार्थ, मोह आणि लोभापायी हजारो वनस्पतींच्या व वृक्षराजींच्या जाती आता मृतप्राय होत आहेत. अनेक प्राणी व पशुपक्षी यांचे अस्तित्व संपुष्टात आले आहे. काही जाती पूर्णपणे नामशेष झाल्या आहेत; तर काही लवकरच संपुष्टात येतील.

मनुष्य आणि प्राणी व वनस्पतिजीवन यांतील संबंध संघर्षाचे असावेत, की सौहार्दाचे? याविषयीचे अत्यंत मूलभूत आणि विचारप्रवर्तक कार्य जेन गुडाल यांनी केले. सतत ४०-५० वर्षे त्यांनी आफ्रिकेतील चिंपांझी व इतर वन्यजीवांचा अभ्यास करून सर्वत्र एक जागरूकता आणि अस्वस्थ करणारा विचार पुढे आणला. मानव या पृथ्वीचा स्वामी नाही, तर सेवक आहे. त्याने या पृथ्वीचे पोषण करायला हवे, शोषण नाही.

वरवर पाहता जेन ही एक सामान्य स्त्री होती. सुरुवातीपासूनच तिच्यापाशी साधनसंपदेचा अभाव होता. विज्ञान व शिक्षणाच्या क्षेत्रांतदेखील सुरुवातीची पावले तिने अडखळतच टाकली. सर्वत्र असणाऱ्या विरोध, उपहास आणि उपेक्षेलाच तिने

आपले सामर्थ्य व संधी मानली. तिच्यापाशी असणारे सामर्थ्य तिचे आत्मिक बळ, निर्धार, साहस, जिद्द आणि सातत्य हेच होते.

आयुष्यात संघर्षाचा एक क्षण असा येतो, जिथे स्त्री-पुरुष हा भेद राहत नाही, लहान-मोठा हा विचारच नसतो, तिथे केवळ प्रखर निर्धार, आपल्या विचारांवरील विश्वास आणि उद्दिष्टांवर असणारी प्रामाणिक श्रद्धा यानेच व्यक्ती यशस्वी होते. जेनने आपणा सर्वांना या आत्मिक बळाचा आपल्या सद्हेतू आणि कार्यावर असणाऱ्या विश्वासाचा परिचय करून दिला. तिने सामान्यातील असामान्यत्व कसे प्रभावी व आणि तेजस्वीपणे प्रकाशित होते, याची प्रचिती आपल्या कार्यातून आणून दिली. जेनच्या या असाधारण व्यक्तिमत्त्वाला आणि जिद्दी, निष्ठावान शास्त्रीय वृत्तीला शतशः प्रणाम!

●●●

निसर्ग आणि मानव

मानव हा निसर्गाचीच एक निर्मिती आहे. पशू, पक्षी, प्राणी, वनस्पती यांसारख्या इतर जैवसृष्टीतील घटकांप्रमाणेच मानवदेखील निसर्गाचाच एक घटक आहे. त्यामुळे मानव आणि निसर्ग यांच्यात परस्परसंबंध कसे असावेत, याविषयी अनेक मतमतांतरे आहेत.

हजारो वर्षांपासून मानव निसर्गाच्या सान्निध्यात राहत आहे. त्याला निसर्गानि विविध प्रकारे आश्रय दिला, त्याचे संरक्षण व संगोपन केले आहे. निसर्गातील विविध घटकांचे अस्तित्व मानवी जीवनाला कारणीभूत व साहाय्यक आहे. यापैकी एकदेखील घटकाचे संतुलन बिघडले तरी संपूर्ण मानवजातीचे अस्तित्वच धोक्यात येऊ शकते.

विविध पौर्वात्य परंपरा व धर्ममतांप्रमाणे निसर्ग हा मानवाचा पिता, पालक व संरक्षक आहे. त्याचे साहाय्य आणि संरक्षण याशिवाय परिपूर्ण मानवी जीवनाची कल्पना करता येणार नाही. निसर्ग व मानव एकरूप झाल्याशिवाय मानवाला या भूतलावर आनंद, सुख व शांतता प्राप्त होणार नाही.

निसर्गाची रचना सर्वसमावेशक व सर्वपोषक आहे. या पृथ्वीवरील सर्व जिवांना केवळ निसर्गाचाच आश्रय आहे. मानवाच्याच नव्हे; तर इतर सर्व जैवघटकांच्या प्राथमिक गरजा फक्त निसर्गच पूर्ण करत असतो. आणि म्हणूनच मानव व निसर्ग यांच्यामध्ये एक अजोड आणि अविनाशी अनुबंध आहे. सहजीवन आणि सहकार्य या तत्त्वावरच मानव व निसर्ग यांचा हा अनुबंध भरीव आणि परिपूर्ण होऊ शकतो.

निसर्गाने मानवाला त्याच्या गरजांच्या पूर्तीसाठी सर्वकाही दिले. त्याची गरज पूर्ण होऊन तो समाधानाने जगू शकेल, असे कायमस्वरूपाचे दान दिले. परंतु मानवाची भूक सतत वाढती आहे. त्याच्या लोभी, स्वार्थी आणि हावरट वृत्तीमुळे त्याचे समाधान होत नाही. त्याने निसर्गाने दिलेल्या दानावर आनंद न मानता, हवे ते ओरबाडून घेण्यात समाधान मानले. या आसुरी वृत्तीपायी आपण निसर्गाची अपरिमित हानी केली आहे. वनसंपदेचे संवर्धन करण्याऐवजी शोषण केले. जंगलकटाई आणि वृक्षसंपदेची बेसुमार हानी

यांमुळे जंगलांची संख्या घटली… राने उजाड झाली… डोंगर आणि पर्वत बोडके झाले. कालपर्यंत आनंद देणारी हिरवाई आणि वृक्षराजी आता नाहीशी झाली.

या सर्वांमुळे आपलेच नुकसान झाले आहे. पर्यावरणाचा, परिसराचा आणि आल्हाददायक वातावरणाचा आपण नाश केला. वायुप्रदूषण, घटती ओझोनची छत्री, संपुष्टात येणारी जीवनपोषक घटकांची संख्या यांमुळे रोगराई वाढली. पृथ्वीवर नवनवी संकटे येऊ लागली.

जंगलातील वृक्षांची कत्तल करताना प्राणी, पशू व पक्षी यांच्या जीवनाला मोठा धक्का आपण दिला आहे. अनेक प्रकारचे मासे, पशू, पक्षी, प्राणी व वनस्पती यांच्या प्रजाती कायमच्याच लुप्त झाल्या आहेत; तर अनेक प्रजाती नष्ट होण्याच्या मार्गावर आहेत. Dead as Dodo ही म्हण मानवाच्या सामर्थ्याचे प्रतीक नाही; तर त्याच्या लोभी व क्रूर प्रवृत्तीची निर्देशक आहे.

या वसुंधरेचे आपण संरक्षक, सहचर व स्नेही आहोत, ही भावना मानवाने जोपासणे अत्यंत आवश्यक आहे. जर मानव आपला हक्क गाजवण्याचा प्रमाद करील तर हा सहजीवनाचा अनुबंध आपोआपच संपुष्टात येईल. निसर्गाचे रौद्ररूप किती भयावह असते, याचा मानवाने अनेकवार अनुभव घेतला आहे. प्राण्यांच्या हत्या व त्यांच्या विविध प्रजातींचा नाश करण्याचा मानवाला कोणताही अधिकार नाही. अकारण पशू,

प्राणी व वनस्पती यांची हत्या करणे, त्यांचा अमानुष छळ करणे हे मनुष्यत्वाचे लक्षण नाही, हे आपल्याला का समजत नाही?

लुप्तप्राय होणाऱ्या प्रत्येक प्रजातींबरोबर केवळ प्राण्यांचेच नव्हे; तर मानवाचेदेखील अस्तित्व धोक्यात येत आहे. त्याचा या पृथ्वीवरील संपूर्ण जीवनचक्रालाच धोका निर्माण होतो. सर्व प्राणी, मासे, पशू, पक्षी व वनस्पती यांच्या एकत्र रूपातूनच आपण एका संपूर्ण निसर्गविश्वाची कल्पना करू शकतो.

जेन गुडालने आपल्या कार्यातून हाच विचार पुढे आणला. निसर्गप्रेम हा भूतदयावादाचा विषय नाही. ते मानवाचे औदार्य नाही; तर कर्तव्य आहे. जगा आणि जगू द्या, हा संदेश नसून ती आपली स्वाभाविक भूमिका असली पाहिजे. त्यातच मानवाचे, वसुंधरेचे आणि अपूर्व सौंदर्याची खाण असणाऱ्या निसर्गाचे कल्याण आहे.

●●●

चिंपांझींविषयी थोडेसे...

निसर्गाने जीवसृष्टीत विविध अविष्कार घडवले आहेत. विविधता आणि वैचित्र्य हेच या जीवसृष्टीचे खरे वैशिष्ट्य आहे. जलचर प्राण्यांचे अद्भुत जग खूपच वेगळे आहे, तर पक्ष्यांचे जगदेखील काही कमी अद्भुत नाही. जंगलात राहणारे वन्यजीव तर अनेक प्रकारचे आहेत. लहान वाटणाऱ्या कीटकांची व कृमींची दुनिया आपल्या कल्पनेपेक्षा अधिक अद्भुत आहे.

या सर्वांमध्ये एक अद्भुत आणि विस्मयचकित करणारा प्राणी म्हणजे चिंपांझी होय. खरे तर या मानवसदृश प्राण्याची ओळख पाश्चात्त्य जगाला सतराव्या शतकात झाली. चिंपांझी हा शब्द 'शिलुबा' या आफ्रिकन भाषेतील 'लीम्पेसे' या शब्दापासून आला आहे. बोकोबा या आपल्या पूर्वजांपासून निर्माण झालेले चिंपांझी हे खूपच मानवसदृश प्राणी आहेत.

सामान्यपणे चिंपांझी हे पूर्व, मध्य आणि पश्चिम आफ्रिकेत आढळतात. कॅमेरून, गियाना, गिबन, कांगो या देशांत आढळणाऱ्या चिंपांझींना 'मध्यवर्ती' अथवा 'स्पेगो' चिंपांझी म्हणतात; तर नायजेरिया व कॅमेरूनच्या काही भागांत आढळणाऱ्या चिंपांझींना 'ट्रोग्लोडिट्स' चिंपांझी म्हणतात. गायना, माली, सेनेगल, सिएरा लिओन लायब्ररीचा व आयव्हरी कोस्ट येथे आढळणाऱ्या चिंपांझींना 'पश्चिम' चिंपांझी असे म्हणतात. याशिवाय सुदान, युगांडा, रवांडा, बुरुंडी, टांझानिया व झांबिया येथे चिंपांझींचे समूह आढळतात.

लहान चणीचे; परंतु मानवसदृश दिसणारे चिंपांझी उंचीने सुमारे १०० ते १५० सेमी असतात. नर-चिंपांझींचे वजन ४० ते ७० किलो आणि मादा-चिंपांझींचे २६ ते ५० किलो असते. चेहरा सोडून त्यांचे सर्वांग केसाळ असते. तळवे आणि पंजा यांवर मात्र केस नसतात.

चिंपांझी झाडांवर सरळ उंच चढू शकतात. जमिनीवरदेखील त्यांचा सहजपणे वावर असतो. त्यांना आपल्या चारही हातांचा पायासारखा वापर करून चालता येते. ते माणसासारखे ताठ उभे राहू शकतात आणि गरजेनुसार चारही पायांचा वापर करून वेगाने उड्या मारत धावू शकतात. त्यांच्यात माणसांपेक्षा बरीच अधिक शक्ती असते.

चिंपांझी हे विविध वातावरणात सहजपणे स्वतःला समायोजित करतात. ते वातावरणानुसार स्वतःच्या वर्तनात, हालचालीत योग्य ते बदल करतात. विविध प्रकारच्या जंगलात ते स्वतःकरिता योग्य निवारा तयार करतात. झुडपी जंगले, गवताळ प्रदेश आणि घनदाट जंगलातदेखील ते स्वतःला समायोजित करतात.

सामान्यपणे चिंपांझीचे सरासरी वय ३० ते ४० वर्षे असते; परंतु काही वेळा ६० वर्षांपर्यंतदेखील त्यांचे आयुष्य असल्याचे आढळते. चिंपांझी-मादा या नर-चिंपांझींपेक्षा अधिक काळ जगतात.

चिंपांझींचे खाद्य हे मुख्यत्वेकरून फळे, फुले, पाने, विविध कंदमुळे आणि वनस्पती आहे. परंतु ते किडे, कीटक आणि इतर लहानसहान प्राणीदेखील खातात. ते शाकाहारी व मांसाहारी दोन्हीही म्हणता येतील.

चिंपांझी हा मानवाप्रमाणेच कुटुंबवत्सल आणि समूहप्रिय प्राणी आहे. त्यांना टोळी करून राहायला आवडते. एका समूहात २० ते १५० चिंपांझींचा समावेश असू शकतो. त्याचे नायकत्व मात्र एखाद्या सशक्त व बलशाली नराकडे असते. चिंपांझींचे छोटे गटदेखील असतात. त्यात मात्र विविध प्रकार आढळतात. सर्व नर किंवा एक नर आणि मादा व पिल्ले किंवा एक मादा व तिची पिल्ले असे समूह आढळतात. सामान्यपणे समूहाचा प्रमुख त्या समूहाचे पूर्ण नियंत्रण व मार्गदर्शन करतो. या समूहात वर्चस्वाची

भावना, इतरांना आपल्या आधिपत्याखाली ठेवण्याची, स्वामित्वाची भावना प्रकर्षाने आढळते. बरेचदा या स्वामित्वाच्या भावनेतून चिंपांझी अतिशय आक्रमक होतात व आपल्याच समूहातील अनुचरांना ते ठारदेखील करतात.

मादा-चिंपांझी मातृवत्सल असतात. त्या आपल्या नवजात अर्भकाची विशेष काळजी घेतात. पिल्ले सहा ते आठ महिने त्यांच्या आईच्या पोटाशी व पाठीवर राहतात. चिंपांझी वयाच्या नवव्या वर्षी पूर्ण वयात येतात. त्यानंतर ते स्वतंत्रपणे राहू लागतात.

चिंपांझींचे आपसातील संदेशवहन विलक्षण गूढ; पण सातत्यपूर्ण असते. त्यांचे चेहरे बोलके आणि संवेदना प्रभावीपणे व्यक्त करणारे असतात. आवाज, शारीरिक हालचाल आणि चेहऱ्यावरील हावभाव यांच्या माध्यमातून ते आपल्या संवेदनांचे, विचारांचे व हावभावांचे आदानप्रदान करतात.

चिंपांझी लहान माकडांची, पक्षी व इतर लहान प्राण्यांची शिकार करतात. बरेचदा ते समूहाने एकत्र येऊन अशा शिकारी करतात. इतर कोणत्याही प्राण्यांपेक्षा चिंपांझींचा सामान्य बुद्धिमत्ता निर्देशांक अधिक आहे. ते अनेक गोष्टी, चिन्हे व वर्तनविषयक आदेश सहज शिकतात. त्यांना विविध चिन्हांची सहज ओळख होते. त्याचा नेमका अर्थबोध त्यांना होतो. त्यांची ग्रहणशक्ती व स्मरणशक्तीदेखील विलक्षण तीव्र असते. त्यांना आकड्यांची व अक्षरांची ओळख सहज करून घेता येते. योग्य प्रशिक्षण दिल्यास

त्यांना विविध कौशल्ये साध्य करता येतात. ते विविध हत्यारे, उपकरणेदेखील तयार करू शकतात.

चिंपांझींना विशिष्ट प्रकारचे वर्तन करण्यासाठी योग्य मार्गदर्शन करून माणसाळवता येते. ते मनुष्य-समाजात सहजपणे वावरू शकतात. माणसाचा मित्र, सहकारी व सदस्य म्हणून नांदतात. त्यांना पाळीव प्राण्यांप्रमाणे नागवण्याचा छंद अनेक श्रीमंत व्यक्तींना असतो.

विविध प्रकारची औषधी रसायने आणि इतर शास्त्रीय प्रयोगांसाठी प्रयोगशाळेत चिंपांझींवर प्रयोग केले जातात. प्रयोगशाळेतील नियंत्रित वातावरणात त्यांचा प्रतिसाद, कार्य, वर्तणूक आणि स्वभावातील व शारीरिक बदल यांचा अभ्यास केला जातो.

गेल्या शतकाच्या मानवी सभ्यतेच्या प्रवासात चिंपांझींचा मानवाने विविध प्रकारे वापर केला. सर्कस, प्राणिसंग्रहालये, राजवाडे, अत्यंत श्रीमंतांच्या निवासस्थानात व प्रयोगशाळेत विविध प्रयोगांसाठी त्यांचा वापर झाला. त्यांच्या कातड्यासाठी त्यांची हत्या करताना शिकाऱ्यांना फारसे दुःख झाले नसेल! प्रयोगशाळेतील विविध रसायनांच्या आणि औषधांच्या तपासणीसाठी हजारो चिंपांझींचा जीव घेताना शास्त्रज्ञांच्या मनाला यातना कदाचित झाल्या नसतील. परंतु असे करताना आपण एका निरपराध, असहाय आणि निष्पाप जिवाची हत्या करतो आहे, ते अनीतिकारक आणि अयोग्य आहे, असे किती लोकांना वाटले असेल? त्यांनादेखील मानवाप्रमाणेच जगण्याचा, जंगलात निर्विघ्नपणे वावरण्याचा, स्वच्छंदी जीवन जगण्याचा अधिकार आहे, याची आपल्याला जाणीव झाली का? त्यांच्यावरील अत्याचार व वेदना पाहून कधीतरी शिकाऱ्यांचे मन कळवळले असेल का? जोपर्यंत आपण निसर्गाने दिलेले जीवन या अमूल्य ठेव्याबाबत सहृदयपणे विचार करत नाही, इतरांचे जीवन आपल्याइतकेच महत्त्वाचे आहे असे आपणास वाटत नाही, तोपर्यंत चिंपांझींचा प्रश्न सुटणार नाही.

आज चिंपांझी हे नष्टप्राय प्राण्यांच्या वर्गात समाविष्ट झाले आहेत. त्याला निसर्ग नाही तर मानव जबाबदार आहे, ही जाणीव जेन गुडालप्रमाणेच आपणा सर्वांनाच होणे अत्यंत गरजेचे आहे.

•••

आफ्रिका, केनिया आणि टांझानिया

जगाची खंडवार विभागणी केल्यास आकाराने दुसरे मोठे खंड म्हणून आशियानंतर आफ्रिकेचा क्रमांक लागतो. इजिप्तसारख्या प्राचीन संस्कृतीचा उगम याच खंडातील आहे. शिबाराणी, फॅरो, पिरॅमिड्स आणि स्फिन्स्कची कहाणी इथलीच आहे. या खंडातील बरेचसे भाग व प्रदेश युरोपीय लोकांना ज्ञात नव्हते, आणि तिथे जाणे त्यांना दुर्गम वाटत होते. माहितीचा अभाव आणि अज्ञात प्रदेशाबद्दल असणारे कुतूहल यांमुळे या खंडाला युरोपीय लोकांनी काळा खंड (Dark Continent) हे नाव दिले होते.

संस्कृती विविधता, विविध जनजाती आणि वेगवेगळ्या वंशाचे-जमातीचे लोक येथे राहतात. त्यामुळे हा खंड अनेक प्रकारच्या वैचित्र्यांनी आणि आश्चर्यांनी परिपूर्ण आहे. जवळपास १५०० ते २००० वेगवेगळ्या भाषा येथे बोलल्या जातात. आफ्रिकेत काही अत्यंत प्राचीन विद्यापीठे स्थापन झाली आहेत. सांकोरे विद्यापीठ हे मालीची राजधानी टिंबक्तु येथे इ.स.च्या तेराव्या शतकात स्थापन झाले; तर मोरोक्को येथील अल् क्वारायवीन विद्यापीठ हेदेखील बरेच प्राचीन आहे. त्याची स्थापना फातिमा अल फाहीरी या महिलेने इ.स. ८५९मध्ये केली आहे.

पृथ्वीवरील एक-पंचमांश भाग या खंडाने व्यापलेला आहे. या खंडाच्या चारही दिशांना अटलांटिक भूमध्यसागर, तांबडा समुद्र आणि हिंद महासागर आहेत. आज या खंडात ५४ देश आहेत. मुख्यत्वेकरून या खंडातील लोक इस्लाम धर्माचे अनुयायी आहेत.

जगातील पहिला मानव या खंडातच अवतरला असे मानले जाते. अनेक प्राचीन संस्कृती व वंश यांचा येथेच उगम वा विकास झाला आहे. परंतु आजच्या तिथीला बहुसंख्य आफ्रिकन देश प्रगतिशील आहेत. विकासाच्या पायरीवर त्यांना बराच मोठा पल्ला गाठावयाचा आहे.

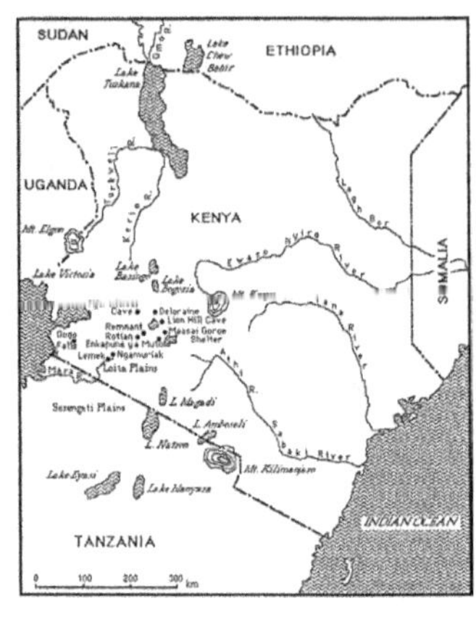

आफ्रिकेतील अनेक देशांतील लोकांना गुलाम म्हणून अमेरिका व विविध युरोपीय देशांत पूर्वी विकले जात असे. तसेच बहुसंख्य आफ्रिकन देश म्हणजे पोर्तुगीज, डच, इंग्लिश, फ्रेंच, जर्मन व बेल्जियम या देशांच्या वसाहती होत्या. परंतु आता या सर्व देशांनी त्यांचे स्वातंत्र्य लढा देऊन प्राप्त केले आहे. वर्णभेद आणि वंशभेद यांच्या विरुद्ध आफ्रिकन लोकांनी दीर्घ काळ लढा दिला आहे.

आफ्रिका खंडातील एक महत्त्वपूर्ण देश म्हणजे केनिया. दक्षिण आफ्रिकेनंतर एक महत्त्वाचा देश म्हणून केनियाचा उल्लेख केला जातो. १९५०च्या दशकापर्यंत केनिया, टांगानिका व युगांडा ही एकच ब्रिटिश वसाहत होती. परंतु नंतर त्याचे केनिया, टांझानिया व युगांडा असे तीन देशांत विभाजन झाले.

सर्वप्रथम या देशांवर पोर्तुगीज वसाहतवाद्यांनी आक्रमण केले. त्यानंतर ब्रिटिशांनी पूर्व आफ्रिकेचा सर्वांत मोठा भूभाग काबीज केला. त्यात केनिया, युगांडा व टांगानिकासह इतर आसपासच्या देशांचा समावेश होता.

१९६२मध्ये केनिया ब्रिटिश वसाहतवादाच्या जोखडातून मुक्त झाला. त्यातून टांगानिका हा देश वेगळा झाला. त्याचे नवे नाव टांझानिया आहे. मानवी इतिहासात केनियाचे अनेक अर्थांनी वैशिष्ट्यपूर्ण स्थान आहे. आदिमानवाची आणि मानवी सभ्यतेची ही जन्मभूमी मानली जाते. विविध प्रकारचे प्राणी, पशू, पक्षी यांचे अपूर्व वैभव या देशाला प्राप्त झाले आहे. स्वाहिली ही येथील राजभाषा व लोकभाषा आहे. गुलामांचा येथून मोठ्या प्रमाणात व्यापार केला जात असे. अनेक खाडी देशांमध्ये इस्लामिक सल्तनतीमध्ये आणि नंतर अमेरिका व युरोपीय देशांना येथून गुलाम नेले जात. हा मानवी समानतेवरील सर्वांत मोठा कलंक आहे. आता गुलामांचा व्यापार पूर्णतः प्रतिबंधित आहे.

•••

जेन गुडाल यांना मिळालेले पुरस्कार

- गांधी किंग ॲवॉर्ड २००१ फॉर नॉन-व्हायोलन्स
- टायलर प्राईज फॉर एन्व्हायरमेंटल अचिव्हमेंट, २००१
- यूएन मेसेंजर ऑफ पीस, २००२
- फ्रेंच लीजन ऑफ ऑनर, २००३
- डेम कमांडर ऑफ द ऑर्डर ऑफ ब्रिटिश एम्पायर, २००४
- स्पॅनिश प्रिन्स ऑफ ऑस्ट्रेयस ॲवॉर्ड, २००४
- मेडल ऑफ टांझानिया, २००६
- क्युटो प्राईज जपान, २००६
- बेंजामिन फ्रँकलिन मेडल इन सायन्स, २००७
- टाईम मासिकाने जेन गुडालचा २०१९ मधील जगातील १०० प्रभावशाली व्यक्तींच्या यादीत समावेश केला.
- टेम्पलटन प्राईज, २०२१
- स्टीफन हॉकिंग्ज मेडल फॉर सायन्स कम्युनिकेशन, २०२२

संदर्भ सूची

Films

1. Miss Goodall and the Wild Chimpanzees National Geographic Society (Films)
2. Lions of the Serengeti an episode of The World About Us on BBC2
3. The Life and Legend of Jane Goodall National Geographic Society.
4. Chimpanzee Diary for BBC2 Animal Zone

Documentary

1. Jane Goodall: Reasons for Hope
2. Planet Hope
3. People of The Forest: The Chimps of Gombe
4. Chasing Coral
5. The Ivory Game
6. 5 Chimpanzee in Kongo mit Jane Goodall
7. The Last Tourist
8. Animal
9. We are Nature
10. Jane New Generation
11. Citizen Animal
12. Seed: The Untold Story
13. Jane Goodall: Beauty and the Beasts
14. Jane's Journey
15. Dead Society

Books and Biography

1. Jane Goodall: A Biography by Meg Greene
2. The Chimpanzee Lady Jane Goodall
3. The Story of Jane Goodall
4. A Little Golden Book Biography Jane Goodall
5. An Enduring Friendship : Matthieu Ricard and Jane Goodall

6. Me... Jane

7. Mama's Last Hug

8. Animals Matter - Marc Bekoff

9. Jane Goodall: The Women who Redefined Man

10. The Ghosts of Gombe: A True Story of Love and Death in an African - Dale Peterson

11. My friends, the wild chimpanzees

12. The Chimpanzees of Gombe: Patterns of Behavior

13. Jane Goodall: 40 Years at Gombe

14. Innocent killers: Book by Hugo van Lawick and Jane Goodall

15. Africa in my blood: Book by Jane Goodall

16. Hope for Animals and Their World: How Endangered Species Are Being Rescued from the Brink - Jane Goodall (Author), Gail Hudson (Author), Thane Maynard (Author)

17. The Book of Hope, with Douglas Abrams and Gail Hudson, Viking[116]

18. Photo Courtesy: The Jane Goodall Institute and National Geographic

लेखक परिचय

संजय कप्तान

+91 94201 22349

- पुणे विद्यापीठाच्या वाणिज्य विभागाचे विभागप्रमुख म्हणून निवृत्त.
- व्यवस्थापन, विपणन, वाणिज्य, बँकिंग अशा विविध विषयांवर लेखन.
- वाणिज्य विषयातील पाच ज्ञानकोशांचे लेखन.
- *मेरी क्युरी, लिओनार्दो : एक चित्रकहाणी, विज्ञानवेत्ता न्यूटन, व्यवस्थापन बोध, गुणवत्ता संस्कृती* अशी विविध पुस्तके प्रकाशित.
- महाराष्ट्र शासनाकडून स्टेट टीचर्स ॲवॉर्डने सन्मानित.
- एस.एन.डी.टी. महिला विद्यापीठ, स्वामी रामानंद तीर्थ विद्यापीठ बेस्ट टीचर ॲवॉर्डने सन्मानित.
- सावित्रीबाई फुले पुणे विद्यापीठाकडून इनोव्हेटिव्ह टीचर ॲवॉर्डने सन्मानित.

www.ingramcontent.com/pod-product-compliance
Lightning Source LLC
LaVergne TN
LVHW020336200726
843507LV00012B/2384